ऋषी परंपरा

डॉ. अंशुमती दुनाखे

सकाळ प्रकाशन

सकाळ प्रकाशन

ऋषी परंपरा

© डॉ. अंशुमती दुनाखे
'विन्दांशु', प्लॉट नं. १३, तेजस सोसायटी,
तेजसनगर, कोथरूड, पुणे - ४११ ०३८.
फोन : २५३८५०२३

प्रथमावृत्ती : एप्रिल २०१६

अक्षरजुळणी-मांडणी
आर्ट अॅडव्हर्टायझिंग

मुखपृष्ठ
संदीप देशपांडे

प्रकाशक
सकाळ पेपर्स प्रा. लि.
५९५, बुधवार पेठ, पुणे ४११ ००२

ISBN : 978-93-84316-78-5

अधिक माहितीकरिता :
०२०-२४४० ५६७८/८८८८८ ४९०५०
sakalprakashan@esakal.com

मनोगत

मी उपनिषदे शिकवते. आमच्या प्राचीन ऋषींनी उपनिषदांत जे विचार मांडले आहेत, ते सर्व मानवजातीला सुखी, शांत व समृद्ध जीवन देणारे आहेत, आत्मिक उन्नती करणारे आहेत. आता ज्यावेळी सर्वत्र हिंसाचार, दुराग्रह, कटुता, द्वेष पसरलेला दिसतो, त्यावेळी या विचारांचे महत्त्व आणखीच पटते. आजकालच्या मुलांना प्राचीन ऋषींची धड नावेही माहीत नाहीत. ऋषी रानटी अवस्थेत राहणारे, उगाचच देव देव करणारे, ऐहिक जीवनाकडे पाठ फिरवलेले रुक्ष कंटाळवाणे होते, ते अप्रगत अवस्थेत असल्यामुळे झाडाला, दगडाला देव मानणारे होते, असा काहीसा त्यांचा समज आहे.

अशा विचारांमुळे आजकालची सुशिक्षित मंडळी त्यांना विसरून गेली आहेत. तुमचे गोत्र कुठले? असे विचारले तर गोत्र म्हणजे काय? असा प्रश्न अनेकजण विचारतात.

एकंदरच समाजात ज्येष्ठांबद्दल, गुरूंबद्दल आदर कमी झालेला दिसतो. त्याचा समाजावर खूप वाईट परिणाम होत आहे श्रेष्ठ मूल्यांबद्दलही त्यामुळे आदर राहिलेला नाही. खावे, प्यावे, चैन करावी, शरीराचे चोचले पुरवावेत आणि स्वतःच्या हिताचा विचार करावा. समाजाच्या हिताचा विचार कशाला करायचा? अशा विचारसरणीचे प्राबल्य आज दिसून येते. अनेक मनोकायिक व्याधींचे मूळ या विचारसरणीत दडलेले आहे.

माझ्याकडे उपनिषदांसाठी येणाऱ्या श्रीमती सुषमा आराध्ये ऋषींच्या विचारांनी प्रभावित झाल्या. त्यांनी विचारले, ''प्राचीन ऋषींबद्दल माहिती कुठे मिळू शकेल?'' या प्रश्नाने माझ्या विचारांना चालना मिळाली. त्या वेळी त्या 'विपुलश्री' मासिकाचे काही काम पाहत असत. त्यांनी 'विपुलश्री'च्या संपादिका सौ. माधुरी वैद्य यांना विचारले. त्यांनी या विचाराचे स्वागत केले व प्राचीन ऋषींची माहिती देणारे एक सदर वर्षभर चालवायचे ठरवले.

मग मी सर्वांना साधारणपणे ज्यांची नावे माहीत आहेत अशा ऋषींबद्दल संशोधन केले. त्यांचे वेदांमधील योगदान, त्यांचे ग्रंथ, त्यांची विचारपद्धती वगैरेंचा अभ्यास केला. त्यासाठी वेद, उपनिषदे, पुराणे, कोश वगैरेंची मदत घेतली. मासिकाला दहाच लेख हवे होते, म्हणून दहांबद्दलच लिहिले.

या लेखमालेला प्रचंड प्रतिसाद मिळाला. अनेकांची पत्रे, फोन संपादिकेला व मला येत राहिले. त्यावरून प्रोत्साहन मिळून पुढच्या वर्षीही ऋषी परंपरा खंडित झाली नाही. 'प्रसाद' मासिकाच्या सौ. उमा बोडस व त्यांचे वडील श्री. मनोहरपंत जोशी यांनीही उत्साह दाखवला म्हणून त्यांच्याकडेही काही अन्य ऋषींबद्दल लेख लिहिले.

समाजापुढे सकारात्मक व सत्यावर आधारित ज्ञाननिष्ठ विचार ठेवले तर विचार करणारी मंडळी त्याचे स्वागत करतात. समाजावर त्याचा प्रभाव पडावा व समाज विधायक, सुसंस्कृत होण्यास थोडी का होईना मदत मिळावी. असा विचार या सर्व लेखनामागे होता. श्रेष्ठांचा, श्रेष्ठ विचारांचा आदर करण्यासाठी श्रद्धेची आवश्यकता आहे. अहंकारामुळे श्रद्धा नकोशी वाटते. अहंकार आमच्या, समाजाच्या प्रगतीला हानिकारक आहे. माणसाने कुठे तरी झुकले पाहिजे. मग ते विज्ञान असो, इतिहास असो, स्वप्न असो, सत्य असो. काहीही असले तरी बिघडत नाही, पण कशाला तरी मानले पाहिजे.

माझी ही तळमळ बघून काही मैत्रिणींनी हीच तळमळ असणाऱ्या 'सकाळ'कडे जाण्यास मला सांगितले. योगायोगाने एका मैत्रिणीच्या पुस्तकाच्या प्रकाशनात सकाळच्या प्रकाशन विभागातील काही मंडळींची गाठ पडली. त्यांच्या विचारांशी हे विचार मिळतेजुळते वाटल्याने त्यांनी यात रस घेतला व पुस्तक काढायचे ठरवले.

ऋषी-मुनी आपल्यापेक्षा प्रगत व विचारी होते. आजच्यापेक्षाही त्यांचे

विज्ञान काही क्षेत्रांत पुढे होते. काही क्षेत्रांत त्यांना मूलभूत कल्पना होत्या. उदाहरणार्थ, गुरुत्वाकर्षण, एकमेकांना तोलून ग्रहांचे कक्षेत फिरणे हे सूर्याच्या सूक्तामधून कळते. ग्रहण म्हणजे नक्की काय हे ऋषींना माहीत होते. ग्रहण केव्हा येईल हे कळण्याइतके खगोलशास्त्राचे ज्ञान त्यांच्याजवळ होते. ग्रहणकाळात अत्री ऋषींनी सूर्याची निरीक्षणे केल्याचे वेदांवरून दिसून येते. ऋषींसाठी अश्विनीकुमारांनी बांध बांधून कालवे काढून पाणी शेताला पुरवले होते. आजचे वैज्ञानिक स्पष्टपणे सांगतात, की आम्ही सिद्धांत मांडले पण मूळ संकल्पना आम्ही वेद-उपनिषदांतून घेतल्या. आइनस्टाइनपर्यंत जगात जड व चेतन (energy & matter) अशी दोन मूलतत्त्वे होती असे मानले जाई. अणू हा मूळ मानला जाई. पुढे अणूचे विभाजन झाले. आपल्या ऋषींनी हे आधीच केले होते. क्वांटम थिअरी ऊर्जा व जड द्रव्य यांचे रूपांतर होऊ शकते, हे सांगते. एकाच परब्रह्मातून प्राण व रयी निर्माण झाले हे उपनिषदांनी कित्येक हजार वर्षांपूर्वी सांगून ठेवले आहे.

ज्यांना या ऋषींची नावे माहीत आहेत त्यांना पूर्ण माहिती नाही. विश्वामित्र म्हणजे मेनकेला फसवणारा एक साधू एवढेच बहुसंख्यांना माहिती असते. विश्वामित्रांची चिकाटी, त्यांचे सामर्थ्य यांचा विचार आम्ही कधी करीत नाही. गायत्री मंत्राचे ते द्रष्टे आहेत. द्रष्टे म्हणजे खरे तर रचयिते. कारण ही निर्मिती अहंकाराने 'स्वतःची' असे न म्हणता ऋषी 'हे देवाने मला दाखवले', ऐकवले असे म्हणत. हा त्यांचा विनय असे. पण म्हणणारे त्या ऋषींचे नाव घेतल्याशिवाय तो मंत्र म्हणत नसत. ही जाण त्या काळी होती. कधी मोह झाला व पतन झाले तर तेवढ्याने माणूस वाईट ठरत नाही. हे जाणून समाजाने त्यांचा आदरच केला.

स्त्रियांच्या बाबतीतही असेच गैरसमज आहेत. स्त्रिया अशिक्षित नव्हत्या. त्या वेदाध्ययन करीत. अगदी यज्ञात पौरोहित्यही करीत, सूक्तांची रचना करीत. समाजात त्यांना मान होता. गार्गी वाचक्नवी सारखी एखाद्या ज्ञानशाखेची (authority) प्रमाण मानली जाणारी विदुषी होती. तिचा संप्रदाय पुढे सुरू होता. त्या काळी विधवाविवाह ही होता.

एक गोष्ट मात्र आहे, की या ऋषींनी कधी आपली चरित्रे लिहून ठेवली नाहीत. त्यांच्या उपलब्धी (acheivements) जगापुढे मिरवल्या नाहीत. त्यामुळे आज त्यांच्याबद्दल माहिती उपलब्ध होत नाही. हे लेख लिहिण्याचे मनात

आल्यावर मी पुस्तकांचा शोध घेण्याचा प्रयत्न केला. मला दोन-तीन छोट्या पुस्तिका मिळाल्या. मग मी वेद, उपनिषदे, प्राचीन कोश यांचा धांडोळा घेतला. त्यांची सूक्ते शोधून त्यांचे विचार जाणून घेण्याचा प्रयत्न केला. मला माहीत आहे, की हिमनगाचा हा फक्त वरचा भाग आहे. या क्षेत्रात अजून खूप संशोधन व्हायला हवे व पौराणिक रूपके बाजूला करून सत्यापर्यंत पोचायला हवे. सामान्य लोकांना गोष्टीरूपाने सांगण्यासाठी ही रूपके रचली गेली असावीत व त्यांचा अर्थ न कळल्यामुळे आम्ही त्यांना कपोलकल्पित व्यक्ती मानू लागलो. कथा सुरस करण्यासाठी आमच्या भावभावनांची त्या कथांत भर घालू लागलो. त्यामुळे आमचे देव विलासी, भ्रष्टाचारी वाटू लागले. मुळात शक्तिकेंद्रांचे प्रतीकात्मक चित्रण बाजूला राहिले. या सर्व गोष्टींची खूप खंत वाटते.

ऋषीमुनींचा तो काळ म्हणजे मानवजातीची पहाट होती. त्या वेळी अन्य कुठल्या वसाहती, संस्कृती सापडत नाहीत. म्हणून मग कुणी त्यांचा काळ पुढे खेचण्याचा प्रयत्न करतात. आपल्या प्राचीन भव्य-दिव्य संस्कृतीला, ज्ञानाला गौणत्व देण्याचा प्रयत्न करतात.

असो. आपल्या प्राचीन कालाबद्दल निदान कुतूहल जागृत व्हावे, काही गैरसमज तरी दूर व्हावे या आशेने हे सर्व वाचकांपुढे ठेवत आहे. विचारी मंडळी नक्कीच याचे स्वागत करतील व आणखी संशोधन करतील, अशी इच्छा त्यांच्या मनात जागली तर या लेखनाचे सार्थक होईल.

इति अलम्!

- डॉ. अंशुमती अ. दुनाखे

अनुक्रम

ऋषी

ऋषिका

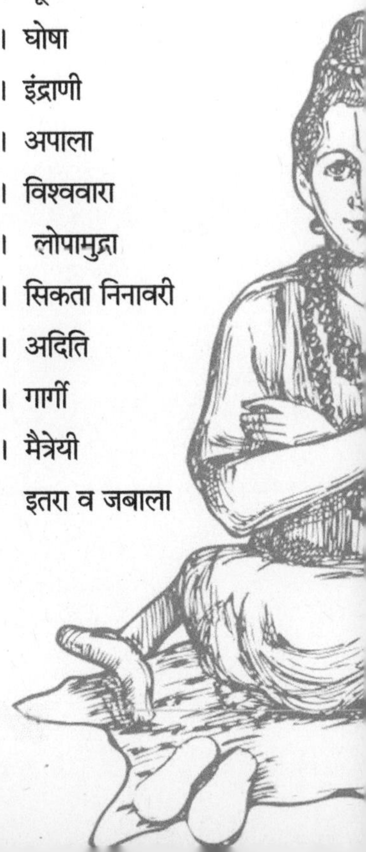

सनत्कुमार

सनत्कुमारांना श्रेष्ठ आचार्य मानतात. ब्रह्माने सर्वप्रथम ज्ञान त्यांनाच दिले होते व त्यांनी ते वीरण प्रजापतीला दिले व पुढे त्याची परंपरा निर्माण झाली, असे मानले जाते.

भगवंतांनी जेव्हा ब्रह्मदेवांना सृष्टी निर्माण करण्यास सांगितले तेव्हा त्यांनी *सनक, सनातन, सनंदन* व *सनत्कुमार* या मानसपुत्रांना निर्माण केले. ब्रह्मदेवाच्या मनापासून यांची निर्मिती झालेली असल्यामुळे ते सत्त्वगुणी, ज्ञानी, विरक्त असे ५/६ वर्षांच्या मुलांएवढे जन्माला आले. अत्यंत निरागस अशी ती मुले होती. त्यांना कपड्यांचेही भान नव्हते. ते सर्वत्र मुक्त संचार करीत. त्यांच्या मनात श्रीविष्णूंबद्दल गाढ भक्ती होती.

एकदा ते श्रीविष्णूंच्या दर्शनासाठी वैकुंठात गेले. पहिले चौक ओलांडून ते मुख्य भागाकडे आले. तिथे जयविजयांनी त्यांना अडवले. उघडीवाघडी पोरे पाहून कदाचित थोडी थट्टाही केली असेल. तेव्हा त्यांना क्रोध येऊन त्यांनी त्या दोघांना पृथ्वीवर दानव म्हणून जन्माला येण्याचा त्रिवार शाप दिला. तोपर्यंत श्रीविष्णूही तिथे आले. त्यांना पाहिल्यावर आपण त्यांच्या पार्षदांना (श्रीविष्णूंच्या शेजारी किंवा मागे उभे राहून त्यांची सेवा करण्याचा अधिकार असणारे) शाप दिल्याचे लक्षात आल्यावर त्यांनी श्रीविष्णूंची क्षमा मागितली. जयविजय गयावया करू लागले, तेव्हा कुणी म्हणतात श्रीविष्णूंनी उःशाप दिला,

कुणी म्हणतात, या कुमारांनीच उःशाप दिला, की श्रीविष्णू स्वतः त्यांचा उद्धार करतील. या कथेचा उल्लेख भागवतात चतुर्थस्कंधात आला आहे.

त्याप्रमाणे त्यांना प्रथम हिरण्याक्ष व हिरण्यकश्यिपूचा जन्म मिळाला. हिरण्याक्षासाठी श्रीविष्णूंनी वराहावतार धारण केला, तर हिरण्यकश्यिपूसाठी त्यांनी नृसिंहावतार धारण केला. पुढील जन्मी ते रावण व कुंभकर्ण म्हणून जन्माला आले. त्यांच्यासाठी रामावतार झाला. व शेवटी शिशुपाल व दंतवक्र म्हणून जन्माला आले. त्यांचा उद्धार कृष्णावतारात केला. अशा रीतीने या शापामुळे श्रीविष्णूंचे चार अवतार झाले.

मला वाटते, की अशा निरागस, ज्ञानी, विरक्त कुमारांना क्रोध येणेही वाईटच. त्यामुळे की काय नकळे, पण सनत्कुमार नंतर सामान्य पण ब्रह्मज्ञानी माणसाप्रमाणे वावरताना आढळतात.

पृथू राजाला या चौघांनी दर्शन दिले व पृथूराजाने ज्या वेळी विचारले, ''या संसारात मनुष्याचे कोणत्या उपायाने सुलभतेने कल्याण होऊ शकेल?'' तेव्हा त्याला उत्तर सनत्कुमारांनी दिले. ''आत्म्यापासून भिन्न असलेल्या देहादिकांच्याबद्दल वैराग्य निर्माण होणे आणि आत्मस्वरूप निर्गुण ब्रह्मामध्ये दृढ प्रेम असणे. हेच कल्याणाचे साधन पूर्ण विचार करणाऱ्या शास्त्रांमध्ये निश्चित केले आहे. (*श्रीमद् भागवत चतुर्थ स्कंध, अध्याय २२, श्लोक २१*) ''गुरू व शास्त्रवचनांवर विश्वास ठेवावा. तत्त्वजिज्ञासा बाळगावी. श्रीहरींची भक्ती करावी. त्यांच्या कथा ऐकाव्यात. विषयांना सर्वस्व समजणाऱ्या लोकांपासून दूर राहावे. दुसऱ्यांना त्रास होईल असे कधी वागू नये. यम-नियमांचे पालन करावे, म्हणजे इंद्रिये व मन आपल्या ताब्यात ठेवावे. वृत्ती सहनशील असावी. प्रपंचात गुरफुटू नये. सतत भक्तीत मग्न राहावे. निर्गुण परब्रह्म प्राप्तीचे ध्येय ठेवावे.'' वगैरे वगैरे सर्व धर्मांचे सारस्वरूप विचार व अन्य लहान मोठ्या गोष्टींचे विस्ताराने कथन केले.

अशा प्रकारे आत्मज्ञानी ब्रह्मदेव-पुत्र सनत्कुमारांनी भक्तीच्या मार्गाने आत्मज्ञान प्राप्तीचा मार्ग सांगितला. सदाचाराने जगण्याचा उपदेश केला. त्याने पृथूला धन्य धन्य वाटले.

महाभारतात उद्योगपर्वाच्या ४१व्या अध्यायात विदुर धृतराष्ट्राला सांगतात, की *सनत्सुजात* (सनत्कुमारांचे दुसरे नाव) नावाचे मोठे ऋषी आहेत. ते ब्रह्मदेवाचे मानसपुत्र आहेत. ते म्हणतात, की मृत्यू नाहीच. धृतराष्ट्राला कुतूहल वाटले.

विदुरांनी सनत्सुजातांचे स्मरण करताच ते उपस्थित झाले व त्यांनी धृतराष्ट्राच्या सर्व शंकांचे निवारण केले.

सनत्सुजात म्हणाले, ''काहीजण असे मानतात, की मृत्यू आहे व ब्रह्मचर्यपालनाने तो टळतो. पण तो प्रमाद आहे. मृत्यू नाहीच. क्रोध, लोभ, प्रमाद यांच्यामुळे परमात्मादर्शन होत नाही व माणूस मृत्यूच्या पंजात सापडून पुन्हा पुन्हा जन्म-मृत्यूच्या चक्रात फिरत राहतो. कामनांच्या मागे लागण्याने माणूस नष्ट होतो. मरण म्हणजे प्राणांचा शरीरत्याग. पण प्राणांबरोबर मन, बुद्धी, सूक्ष्म इंद्रिये यांसह सर्व लिंगदेह बाहेर पडतो व कर्मफल भोगायला पुन्हा देह धारण करतो. या कामनेतून मनुष्य सुटला तर जन्म-मरण नाहीच. मी स्वतः नित्यमुक्त ब्रह्म आहे म्हणून मला मरणही नाही व जन्मही नाही.''

हा उपदेश खूप प्रदीर्घ आहे. ४६व्या अध्यायापर्यंत तो चालतो. पण धृतराष्ट्राला त्याचा काही बोध झाला की नाही, हे सर्व जाणतातच. जन्मभर कामनेच्या नादी लागून दुष्कृत्ये केली, स्वतः करता आली नाहीत तेव्हा दुष्कृत्यांना मूकसंमती दिली. पण वेदांताचे सार असा हा उपदेश खरोखरच सर्वांना खूप बोधप्रद आहे. पुढे शांतिपर्वातही वृत्रासुराला उपदेश केलेला आहे. (*अध्याय २८०*)

सनत्कुमारांनी सांख्यायनाला भागवताचा उपदेश केला. ही कथा भागवतात आलेली आहे. विष्णूभक्त सनत्कुमारांना भगवान संकर्षणांनी भागवत ऐकवले. सनत्कुमारांनी ते सांख्यायन मुनींना ऐकवले. त्यांनी पराशर मुनी व बृहस्पतींना हे ऐकवले. (*भागवत स्कंध ३, अध्याय ८, श्लोक ७*)

महाभारताच्या शांतीपर्वात त्यांनी वृत्रासुराला विष्णू महात्म्य सांगितले. (*अध्याय २८०*) विद्यावसु गंधर्वाला आत्मज्ञान दिले. रुद्रांना तत्त्वसृष्टीचा उपदेश केला. सनत्कुमारांनी वेळोवेळी अनेकांना उपदेश केलेला आहे. (*शांतिपर्व अध्याय २२२*) त्यांचा निवास हिमालयात असे. तेथे त्यांनी विभांडक ऋषींनाही उपदेश केला होता.

सनत्कुमारांनी नारदांना उपदेश केला तो भाग *छांदोग्य* उपनिषदांत आला आहे.

एकदा नारद सनत्कुमारांकडे गेले व त्यांना म्हणाले, ''भगवन्, मी आपल्याकडे शिष्यभावाने आलो आहे. कृपया मला उपदेश करा.'' सनत्कुमार

म्हणाले, ''तू आतापर्यंत काय शिकलास, ते सांग. म्हणजे मी त्याच्या पुढचे तुला सांगेन.''

नारद म्हणाले, ''भगवन्, मी ऋग्वेद, यजुर्वेद, सामवेद, अथर्ववेद, पंचमवेद म्हणून मान्यता पावलेले महाभारत, सर्व पुराणे, व्याकरण, श्राद्धकल्प, गणित उत्पादशास्त्र, खनिजशास्त्र, तर्कशास्त्र, नीतिशास्त्र, निरुक्त (व्युत्पत्तिशास्त्र), देवांबद्दलचे ज्ञान, वेदांची षडंगे, भौतिकशास्त्र, राज्यशास्त्र, धनुर्विद्या, अस्त्र, शस्त्र, युद्ध, विद्या, खगोलशास्त्र, गारूडविद्या, संगीत-नृत्य आदी कला, साहित्य धर्मशास्त्र इतकेच शिकलो आहे.''

त्या वेळची विविध क्षेत्रांतील भारताची प्रगती यावरून ध्यानात येते. इ.स.पूर्व हजारो वर्षांचा हा काळ आहे. भारताची ही प्रगती थक्क करणारी आहे.

त्यावर सनत्कुमार म्हणाले, ''हं, म्हणजे थोडक्यात तुला पुस्तकी ज्ञान आहे.''

नारद म्हणाले, ''हो मी आत्मविद् नाही. म्हणून तर आपल्या चरणांपाशी आलो आहे.''

मग सनत्कुमारांनी त्याहून सूक्ष्म, व्यापक व शक्तिशाली तत्त्व शोधायला नारदांना शिकवले. शब्दाच्या मुळाशी वाणी आहे. ती वाणी शब्दांहून श्रेष्ठ. ती जिथे उमटते ते मन त्याहून सूक्ष्म व श्रेष्ठ. असे करत करत ब्रह्मतत्त्वापर्यंत नारदांना पोचवले. सूक्ष्म होत होत मूळ तत्त्व ब्रह्मापर्यंत माणूस पोचतो. मग त्याखेरीज कुणीच राहत नाही. पाहण्यासाठी, ऐकण्यासाठी, बोलण्यासाठी दुसरे कुणीच नसल्याने तो मौनात जातो. आनंदाच्या शिखरावर असूनही त्याला ते व्यक्तही करता येत नाही, कारण तो स्वतः आनंदस्वरूपच बनतो.

हा ब्रह्मानंद मिळविण्यासाठी काय करायला हवे! 'कृति' म्हणजे इंद्रियसंयम व चित्ताची एकाग्रता करायला हवी. ती साधली की निष्ठा उत्पन्न होईल. निष्ठा असेल तर श्रद्धा जागेल. श्रद्धा असेल तर माणूस मनन करेल. मनन केले तर सत्याचे, अंतिम तत्त्वाचे ज्ञान होऊ शकेल. माणसाला ब्रह्मानंद म्हणजे काय हे कळले तर तो या मार्गला निश्चितच लागेल. दुसऱ्या शब्दात मुमुक्षा हवी, ब्रह्म जाणून घेण्याची जिज्ञासा हवी. माणसाला नेहमीच सुख हवे असते व ब्रह्म म्हणजे सुख, आनंद.

यासाठी त्यांनी *भूमन्*, वा *भूमा* ही संकल्पना मांडली आहे. माणसाला सुख कशाने मिळते? माझ्याकडे घर नाही, घर मिळाले की सुख मिळते. किती वेळ? दुसऱ्याचे मोठे घर पाहत नाही तोपर्यंत. मग तेवढे मोठे घर हवे. ते मिळाले की कुणाचा तरी बंगला दिसतो. तो मिळाला तर प्रशस्त बागेतील बंगला दिसतो. माझ्यापेक्षा कुणाकडे जास्त आहे हे कळले की दुःख होते. मग सगळ्यात मोठे आहे तेच प्राप्त करावे. *यः वै भूमा तत् सुखम्। न अल्पे सुखम् अस्ति।* सगळ्यात मोठे ब्रह्म आहे. त्याहून मोठे काहीच नाही. ते सर्वव्यापी आहे ते चिरंतन आहे. ते सूक्ष्म आहे, समर्थ आहे, सर्वज्ञानसंपन्न. सर्व शक्तिसंपन्न आहे. तेच आपण बनावे म्हणजे झाले.

म्हणजेच दुसऱ्या शब्दांत आपणच ब्रह्म बनावे. खरे तर आपण ब्रह्म असतोच. पण उपाधीमुळे ते कळत नाही. हाच आत्मोपदेश आहे. हे आत्मज्ञान आहे.

ही 'भूमा'ची संकल्पना सनत्कुमारांचे वैशिष्ट्य आहे. छान्दोग्याचा संपूर्ण सातवा अध्याय सनत्कुमारांच्या उपदेशाने भरलेला आहे. मूलभूत विचार करण्याची त्यांची क्षमता व तिथपर्यंत हळूहळू शिष्याला घेऊन जाण्याचे कौशल्य अप्रतिम आहे.

तसे हे हिमालयाहूनही भव्य, आकाशाहूनही विशाल, समुद्राहूनही खोल, महान ऋषी रोज प्रज्ञावर्धन स्तोत्रांतही आपल्याला भेटतात. स्कंदपुराणात, स्कंदमाहात्म्यामध्ये हे प्रज्ञानवर्धन स्तोत्र आहे. पूर्वी सर्व विद्यार्थी याचा आवर्जून पाठ करीत, बुद्धी तल्लख व्हावी, ब्रह्माचे ज्ञान ग्रहण करण्याइतकी सूक्ष्म व समर्थ व्हावी म्हणून. सात्वत धर्मामध्ये असे हे ब्रह्मदेवाचे प्रथम मानसपुत्र सनत्कुमार!

⌘

ऋषी वसिष्ठ

भारतीय संस्कृतीला आकार देणाऱ्या ऋषींमध्ये वसिष्ठांचे स्थान अग्रगण्य आहे. यांची गणना सप्तर्षींमध्ये होते. वसिष्ठांच्या ताऱ्याजवळ असलेला छोटा तारा अरुंधतीचा– म्हणजेच वसिष्ठांच्या पत्नीचा आहे. पार्वतीने तप करून जेव्हा शंकरांना प्रसन्न करून घेतले, तेव्हा लग्नाची बोलणी करण्याकरता शंकरांनी सप्तर्षींना व अरुंधतीला पाठवले होते; असे वर्णन कविकुलगुरू कालिदासाने आपल्या 'कुमारसंभव' काव्यात केले आहे. वसिष्ठ व अरुंधतींना सर्व देव अत्यंत मान देत असत.

वसिष्ठ हे *मित्रा-वरुण* यांचे पुत्र. वेदांमध्ये या मित्रा-वरुण यांची खूप स्तुती केलेली दिसते. असे म्हणतात की, मित्रा-वरुण एक यज्ञसत्र करत होते. इंद्र आणि देव तिथे उपस्थित होते. मित्रा-वरुणांनी समाजधारणेचे नियम घालून दिले होते. ते कार्य पुढे चालविण्यास तेजस्वी पुत्र हवा, असा विचार त्यांच्या मनात आला होता. त्याच वेळी महामंडपात उर्वशी अप्सरा आली. मित्रा-वरुण यांच्या मनात कामभावना निर्माण होऊन त्यांचे वीर्यस्खलन झाले. श्रेष्ठ माणसांचे वीर्य वाया घालवायचे नसते, म्हणून ऋषींनी ते वरिवसितरी (एक कुंभ) कुंभामध्ये धरले. त्या कुंभातून वसिष्ठ व अगस्त्य यांचा जन्म झाला, अशी आख्यायिका आहे.

संस्कृत 'वस्' या श्रेष्ठतादर्शक शब्दापासून वसिष्ठ हा शब्द बनला, असे मानतात. आज आपण त्याचा अर्थ सर्वश्रेष्ठ असा करू शकतो. ज्या वेळी कुंभामध्ये त्यांचे प्रथम दर्शन झाले, त्या वेळी ते कमळावर उभे होते आणि या कमळाला सर्व देवांनी सर्व बाजूंनी सावरून धरले होते, असेही या आख्यायिकेत म्हटले आहे.

सर्वांत प्राचीन असलेल्या ऋग्वेदातील सातवे मंडल वसिष्ठांच्या नावावर आहे. त्यातील १०४ सूक्ते त्यांनी रचलेली आहेत, असे विद्वान म्हणतात. या सूक्तांत देवतांची स्तुती तर आहेच; पण तत्कालीन भूगोल व इतिहासावर त्या सूक्तांमुळे प्रकाश पडतो, म्हणून त्यांचे विशेष महत्त्व आहे, असे मानले जाते.

ते रंगाने गौरवर्णाचे होते. डोक्यावर उजव्या बाजूला ते चूडा बांधत असत, असे ऋग्वेदात त्यांचे वर्णन आहे. ते मंत्रविद्या व यज्ञविद्येत सारखेच निष्णात होते. असे म्हणतात की, ते राजपुरोहित असताना त्यांनीच यज्ञाची प्रथा सुरू केली. म्हणून प्रथम केवळ तेच यज्ञाचे पौरोहित्य करत. नंतर हा अधिकार वसिष्ठ कुळातील ब्राह्मणांनाच प्राप्त होता आणि पुढील काळात तो सर्व पुरोहितांना देण्यात आला, असे सांगितले जाते.

सत्प्रवृत्ती जागृत करण्याची विलक्षण शक्ती.

श्री. पांडुरंगशास्त्री आठवले सांगतात, की 'वसिष्ठांनी लोकांना इतके सुसंस्कृत-विवेकी बनवले की, त्यांना शासनाची गरजच राहिली नाही. तरीही बाहेरून होणाऱ्या आक्रमणांपासून संरक्षण करण्यासाठी वसिष्ठांनी मर्यादित राजसत्तेची स्थापना केली. त्यांनी इक्ष्वाकू वंशाकडे ही शासकाची जबाबदारी सोपवली.

लोकांच्या मनातील सत्प्रवृत्ती जागृत करण्याची विलक्षण शक्ती त्यांच्यात होती. *तृत्सु* नावाच्या लोकांचा *भरत* नावाचा राजा होता. शत्रूंनी त्याचा पूर्ण पराभव करून त्याला देशोधडीला लावले. त्यामुळे पूर्ण समाज निराश, हताश झाला होता. त्यांना मदत करणारा कुणीही नव्हता. वसिष्ठांनी ती जबाबदारी आपल्या अंगावर घेतली. वसिष्ठांनी तृत्सु लोकांना निराशेच्या गर्तेतून बाहेर काढून सन्मानाने उभे केले. इंद्राला प्रसन्न करून घेऊन तृत्सूंना विस्तीर्ण प्रदेश उपलब्ध करून दिला. ते तिथे स्थिरावले, त्यांची भरभराट झाली.

त्यांनी *सुदासराजा*ला अशीच मदत केली. सुदासराजाने विश्वामित्रांच्या

पौरोहित्याखाली अश्वमेध यज्ञ केला. त्याने सर्व राजे फार असंतुष्ट झाले. सर्वांनी मिळून सुदासावर चढाई केली. त्याच्या मदतीला वसिष्ठ धावले. त्यांनी इंद्राला मदतीसाठी बोलावून घेतले व त्याच्या साह्याने सुदासाने दहा राजांना तोंड दिले. त्यात सुदासाचा जय झाला. ऋग्वेदात या दाशराज युद्धाचे वर्णन आहे.

त्यामुळे ऋग्वेदात असे म्हटले आहे, की 'वसिष्ठांचा महिमा सूर्याप्रमाणे स्पष्ट, समुद्राप्रमाणे अगाध आणि त्यांचा मंत्रसमुदाय वायूप्रमाणे अनुसरण्यास अशक्य असा आहे, त्यामुळेच त्यांच्याशी मैत्री करावी, असे इंद्रालाही वाटले. वरुणही त्यांचा मित्र होता. (दोघांनी केलेल्या नौकाविहाराचा उल्लेख ऋग्वेदात– सातव्या मंडलात आढळतो.) जरुथ किंवा जरोध्ध नावाचा राक्षस वसिष्ठांना खूप त्रास देई. अग्नीला ते बघवले नाही. त्याने आपणहून जाऊन त्या राक्षसाला ठार केले. इंद्र, वरुण, अग्नी हे ऋग्वेदातील देव. त्यांना वसिष्ठांबद्दल प्रेम व आदर होता, एवढी वसिष्ठांची योग्यता होती.

त्यांचा आश्रम मोठा होता. कश्यपांची कन्या *अरुंधती*शी त्यांचा विवाह झाला होता. त्यांना *शक्ती* नावाचा ब्रह्मवेत्ता पुत्र होता. हा इतका विद्वान होता की, त्याने वादात विश्वामित्रांना हरवले होते. या शक्तीचा मुलगा *पराशर* व त्याचा मुलगा *वेदव्यास*! अरुंधती सती होती. कुमारसंभवात कालिदास सांगतो– शंकरांनी सप्तर्षींइतकाच मान अरुंधतीला दिला. ती जणू तपश्चर्येचे मूर्तिमंत फल होती. *श्री. पांडुरंगशास्त्री आठवले* यांनी या पतिपत्नीतील एका रम्य प्रसंगाचे वर्णन केले आहे. एकदा शिष्यांना वसिष्ठ शिकवत असताना इक्ष्वाकू राजाचा निरोप आला, की राजाला त्यांना भेटायचे आहे. ते शिकवणे थांबवून तत्काळ जाण्यास निघाले. तेव्हा अरुंधतीने विचारले, ''तुम्हाला पैशाचा मोह नाही, मग असे घाईघाईने जाण्याचे कारण काय? माझ्यासाठी जात असाल, तर मलाही पैशाचा मोह नाही.'' त्यांच्या आश्रमात भरपूर गोधन होते, कामधेनूची मुलगी नंदिनी त्यांच्याकडे होती. पण ते दोघेही अत्यंत निर्मोही होते. त्यावर वसिष्ठ म्हणाले, ''मला माहीत आहे, की तुलाही धनाचा मोह नाही. मी मानासाठी वा धनासाठी जात नाही. या कुलात प्रत्यक्ष भगवंत अवतार घेणार आहेत. त्यांच्या नामकरणाचा, त्यांना शिकवण्याचा व आशीर्वाद देण्याचा मोठा योग मला मिळणार आहे. म्हणून मी या कुलाशी एवढा संबंध ठेवतो आहे.''

पुढे याच कुलातील दिलीपराजाला त्यांनी मदत केली. *दिलीप* व *सुदेष्णा*ला

मूल नव्हते. सर्व सुखे होती, प्रजाही सुखी होती; पण अपत्यसुख नव्हते. वसिष्ठांनी सांगितले, ''राजा, पूर्वी तू एकदा स्वर्गात इंद्राकडे गेला असताना वाटेत कामधेनू होती. पण तू तुझ्याच विचारात होतास. तिला नमस्कार करायचा राहून गेला. त्याचे फल म्हणून तुला अपत्यप्राप्ती झाली नाही. तू कामधेनूच्या मुलीची– नंदिनीची सेवा कर, त्याने कामधेनू प्रसन्न होईल व तुला पुत्रप्राप्ती होईल.'' दिलीपने तसेच केले आणि त्याला रघूची प्राप्ती झाली. तो रघू इतका प्रतापी होता की, पुढे हे कुल 'रघुकुल' म्हणून ओळखले जाऊ लागले.

श्रीराम व वसिष्ठांमधील संवाद

याच *रघुकुलात* पुढे रामचंद्रांनी जन्म घेतला. चारही भावंडांची नावे वसिष्ठांनीच ठेवली. त्यांचे उपनयनसंस्कारही त्यांनीच केले. श्री रामचंद्र विद्याध्ययन केल्यानंतर यात्रेला गेले. यात्रेहून आल्यापासून ते अतिशय उदास असत. त्यांना कशातच रस उरला नव्हता. त्याच वेळी यज्ञरक्षणासाठी राम-लक्ष्मणांना मागण्यासाठी विश्वामित्र आले. आधीच लहानग्या रामांना पाठवणे दशरथांसाठी कठीण होते. त्यात राम अशा मन:स्थितीत असताना ते राक्षसांशी लढू शकतील का, ही शंकाही त्यांना काळजीत टाकत होती. त्या वेळी रामचंद्र पंधरा-सोळा वर्षांचे असावेत.

शेवटी वसिष्ठांनी पुढाकार घेतला. श्रीराम व वसिष्ठांमध्ये जो संवाद झाला, तो *योगवासिष्ठा*मध्ये संग्रहित आहे. वसिष्ठांनी विचारल्यावर श्रीराम म्हणाले, ''यात्रेमध्ये एक गोष्ट माझ्या लक्षात आली की, सर्व नश्वर आहे. हे जीवन निरर्थक आहे. जी गोष्ट आवडते, ती मिळाली नाही वा जवळ राहिली नाही; तर आत्यंतिक दु:ख होते. असे हे दु:खकारक-निरर्थक जीवन का जगावे? मी अगदी गोंधळून गेलो आहे. या जीवनात आनंद, शांती कशी मिळेल? आपण मला कृपा करून मार्गदर्शन करा.''

वसिष्ठांना वाटले, श्री रामचंद्र तर प्रत्यक्ष भगवंत आहेत; पण सर्व मानवमात्रांना जीवन आनंदी करण्याचा मार्ग मी सांगावा, असे त्यांना वाटत आहे. या अशांत मानवांना शांती मिळावी, म्हणूनच त्यांनी हा प्रश्न मला विचारला असणार. त्यांच्यातील संवादाची सुरुवातच खूप मजेदार आहे. वसिष्ठ म्हणाले, की सुख-दु:ख हे आपल्या मानण्यावर असते. तेव्हा श्रीराम म्हणाले, 'नाही, दैवानुसार सुख-दु:ख भोगावे लागते.' यावर वसिष्ठांनी समजावले, 'दैव

म्हणजे प्रारब्ध– प्रारब्ध म्हणजे सुरू झालेले. पूर्वी केलेल्या कर्माचे फल मिळणे सुरू होते, त्याला प्रारब्ध म्हणतात. ज्ञानपूर्ण– म्हणजेच सर्वांगीण विचार करून केलेले कर्मच दैव बदलते. आपले प्रयत्न अचूक असायला हवेत.' म्हणजे, आमची कर्मे सम्यक् असतील, तर दैवही चांगले असेल. म्हणून हा सर्व विचार तरुणपणीच करायला हवा. तत्त्वज्ञान हा म्हातारपणाचा विषय नाही. जीवनाचा अर्थ तरुणपणीच समजून घेणे आणि त्याप्रमाणे जीवन जगणे– हे कल्याणदायी, आनंददायी, शांती देणारे असते. (समर्थ रामदासस्वामींनी पुढे हेच सांगितले आहे – 'यत्न तो देव जाणावा।')

'कराग्रे वसते लक्ष्मीः करमध्ये सरस्वती।
करमूले तू गोविन्दः प्रभाते करदर्शनम्।'

माणसाने कार्य, प्रयत्न करायला हवा, जे करायचे त्यासंबंधी ज्ञान हवे आणि इंद्रियांवर ताबा हवा म्हणून सकाळी आपल्या हातांचे दर्शन घ्यावे. रुद्रसूक्तांत वा अन्य सूक्तांत आहे– *अयं मे हस्तो भगवानयं मे भगवत्तरः।* त्यातही हाच भाव आहे, नाही का? कार्य नेहमी सत्कार्य असावे.

श्रीरामांना आलेले नैराश्य मानवसुलभ आहे. स्व-रूपाचे विस्मरण झाल्यामुळे असे होते. पण स्व-रूपाचा विचार फक्त मानवच करू शकतो. मानवाच्या हृदयमंदिरातच परमेश्वराचे अस्तित्व असते; पण त्या मंदिराला चार दरवाजे आहेत. त्यावरील द्वारपालांची नावे आहेत– शम, विचार, संतोष आणि साधुसंगम.

वासनाशून्य होणं म्हणजे शम! 'शम' म्हणजे वासनाशून्य मन:शांती! दुसरा द्वारपाल विचार– म्हणजे स्व-रूपाचा विचार. विचार थांबवण्याचा विचार! तिसरा द्वारपाल आहे– संतोष. माणसाच्या उपभोगशक्तीला मर्यादा आहे; पण हावेला नाही. 'संतोष' ही जीवनाकडे पाहण्याची स्वस्थ दृष्टी आहे. आपला आनंद कशावरही अवलंबून नसणे, म्हणजे खरा संतोष होय. चौथा द्वारपाल– 'साधुसंगम'. म्हणजे संतांचा सहवास. संतांजवळ तितिक्षा असते, करुणा असते, सर्वांबद्दल प्रेम असते. ते शांत, निवांत असतात. त्यांच्या सहवासात आपणही अंतर्मुख होतो, शांत होतो, विवेकी होतो. हे चार द्वारपाल खूश झाले, हे सर्व गुण अंगी बाणले; तर स्व-रूप-दर्शन होऊ शकते.

स्वरूपदर्शनाच्या आड येते देहबुद्धी. 'देह म्हणजे मीच' असे वाटणे म्हणजे

देहबुद्धी. विवेक व वैराग्याच्या मदतीने या देहबुद्धीवर मात करता येते. जग आपल्याला सत्य वाटते, म्हणूनच देहही सत्य वाटतो; पण वसिष्ठ म्हणतात, की 'जगत् केवळ मनोविलास आहे. कल्पनांचा खेळ आहे.' उत्पत्तिप्रकरण, स्थितिप्रकरण आणि उपशमप्रकरणांद्वारे ते श्रीरामांना सृष्टीच्या उत्पत्ती-स्थिती -लयाचा अर्थ उलगडून सांगतात. 'आपल्याला जे जग दिसतं– ते म्हणजे आपल्या चिंतनाचा, वासनांचा, मनोभावांचा घनीभूत परिणाम आहे.'

श्रीराम विचारतात, की मनापासून जग कसे निर्माण होईल? वसिष्ठ सांगतात, 'जसे स्वप्नामध्ये आपले मनच विविध वस्तू बनून स्वतःचे जग निर्माण करते; त्याचप्रमाणे स्वरूपाचा विसर हीच अज्ञाननिद्रा व त्यात पडणारे स्वप्न म्हणजे हे जग. या जगातील सुख-दुःखे ही अज्ञाननिद्रेत मनाने निर्माण केलेली सुख-दुःखे असतात. जागृती आली, स्व-रूप समजले की, हा विश्वाभास मावळतो. सर्वत्र त्या एकाच चैतन्याचे दर्शन होऊ लागते, अलंकारातील विविधता ही कल्पनेने निर्माण झालेली; खरे असते ते सोने. त्या सोन्याचे भान येऊ लागते. ज्ञानेश्वरीत माऊली म्हणतात, *मावळीत विश्वाभासू। नवल उदेला चंडांशु।* चित्सूर्य, ज्ञानसूर्य उगवला की; विश्वातील भेद खरे नसून भासणारे आहेत, खरे फक्त चैतन्य आहे– हे कळते, अनुभवाला येते. त्या परमशक्तीचा विलास अनुभवाला येतो. त्या परमशक्तीचा विलास अनुभवायचा, त्याचा आनंद घ्यायचा म्हणजे त्या परमशक्तीला अनुभवायचे.

प्रत्येकाचा मानसिक-बौद्धिक स्तर जसा असेल, तसे त्याला जग दिसते. शरीराच्या स्तरावर राहणाऱ्याला शारीरिक सुखे हीच सर्वस्व वाटतात. ज्यांना काही कार्य करायचे आहे, देश पुढे न्यायचा आहे, समाज सुधारायचा आहे; त्यांना शरीराचे काही वाटत नाही. त्यांना ध्येयप्राप्तीतील अडचणी दुःखे वाटतात, प्राप्ती सुख वाटते. आध्यात्मिक स्तरावर जगणाऱ्या माणसाला मुळाचा शोध घेण्याचा ध्यास असतो. त्यासाठी मिळालेले साधन म्हणजे शरीर आहे. या दृष्टीने तो बघतो. प्रत्येक स्तरावरील माणसाचे जग भिन्न असते. म्हणून जग हे मनोनिर्मित आहे, असे म्हटले जाते. काळही अशाच तऱ्हेने मनोनिर्मित असतो. एकच काळ कुणाला छोटा वाटतो, कुणाला प्रदीर्घ वाटतो.

श्रीरामांना *आकाशज* नावाच्या ब्राह्मणाची कथा वसिष्ठ सांगतात. आकाश पिता व पृथ्वी माता. आकाशाची विशालता आणि अलिप्तता त्याच्यात होती व पृथ्वीचे वात्सल्य होते. शरीर आहे म्हणजे कर्म आलेच. कर्म आहे म्हणजे

वासना-अपेक्षा आल्या, बंधन आले. त्याने 'मी केलं' ही भावना न ठेवता लोककल्याणाची कामे आयुष्यभर केली. त्यामुळे वासना, क्षोभ नाही. जीवन शांत, आनंदी व निरोगी राहिले. त्यामुळे तो दीर्घायुषीही झाला. आकाशज ब्राह्मणाच्या कथेने मानवाने कसे जगायला हवे, हेच जणू वसिष्ठांनी श्रीरामांना सांगितले. शरीराने कार्यरत राहावे व मनाने शुचिर्भूत राहावे, ही आनंदी जीवनाची गुरुकिल्ली आहे.

वसिष्ठांनी राजा क्षितिध्वज व राणी चूडालाची गोष्ट सांगून 'मी'चा – अहंभावनेचा त्याग करणे कसे महत्त्वाचे आहे, हे सांगितले. संसारात राहून, कार्ये करत असूनही ती चिकटू द्यायची नाहीत; अंतरात संन्यास व बाहेर कर्मयोग आचारावा, हे सांगितले.

मानवी जीवन हे अधिकांशतः मनाच्या पातळीवरील आहे. ईश्वरनिष्ठेच्या पातळीवर संत जगत असतात. ईश्वराचे– म्हणजेच परब्रह्माचे ज्ञान हेच खरे ज्ञान. ईश्वरनिष्ठा म्हणजे विश्वाच्या एकात्मतेवरील दृढ विश्वास! ईश्वरनिष्ठा म्हणजे विश्वाच्या ज्ञानमयतेवर, चिन्मयतेवर विश्वास!

मुरलेला विचार म्हणजे भावना. या भावनेचे बळ-भावबळ हेही अत्यंत महत्त्वाचे असते. या भावबळाने ईश्वराचा शोध घ्यावा. त्यासाठी योगवासिष्ठ काही पायऱ्या सांगते. पहिली पायरी आहे शुभेच्छा–

'सर्वेऽपि सुखिनः सन्तु । सर्वे सन्तु निरामयः ।
सर्वे भद्राणि पश्यन्तु । मा कश्चित दुःखमाप्नुयात् ।'

भोगातील आसक्ती कमी होऊन मी शास्त्रे व सज्जनांच्या साह्याने 'सत्य' जाणून घ्यावे, अशी इच्छा होणे– ही शुभेच्छा.

दुसरी पायरी आहे– विचारणा. 'विचारणा' म्हणजे चिंतनशीलता. अंतर्मुख व्हावे, आत्मपरीक्षण करावे. यासाठी संतसहवास, संतसाहित्यवाचन उपयोगी पडते. या विचारशीलतेमुळे व्यवहारातही मनाचा समतोल साधतो व अध्यात्मातही प्रगती होते. घटना, वस्तू व व्यक्तींचं जीवनातील स्थान ओळखणे जीवनात महत्त्वाचे असते. श्रेष्ठ वस्तूचे दर्शन झाले की, क्षुद्र गोष्टी मागे पडतात.

तिसरी पायरी आहे– तनुमानसा. या शब्दाचा अर्थ आहे– पूर्वभूमिकांच्या

अभ्यासाने वैराग्य दृढ होत असल्यामुळे मनाची स्थूलता कमी होणे. संपूर्ण विश्व हे त्या परमात्म्याची तनू आहे, असा भाव स्थिर करणे. तनुमानस म्हणजे 'मी-माझे' विसरणे, आपला-परका विसरणे.

चौथी पायरी आहे – तत्त्वापत्ती. म्हणजे शुद्ध आत्मतत्त्वात चित्त स्थिर होणे. गीतेच्या भाषेत गुणातीत होणे. इथे व्यक्तिमत्त्व आणि व्यापकता एकत्र आलेले असतात. ही विदेही भूमिकेची सुरुवात आहे. यात अतींद्रिय-अनुभव येऊ शकतात.

पाचवी पायरी आहे– असंसक्ती. सांसारिक विषयांचा स्पर्श मनाला न होणे, म्हणजेच मन परमात्मतत्त्वात स्थिर होते. ही विदेहावस्था आहे.

सहावी पायरी आहे– पदार्थाभाविनी. आत्मतत्त्वात मन मुरून गेल्यामुळे आत्मभिन्न पदार्थांचे भान राहत नाही.

सातवी पायरी आहे– तुर्यगा. आत्मतत्त्वाखेरीज कसलीही जाणीव न होणे म्हणजे तुर्या स्थिती. अखंड ब्रह्मस्थितीत असणे.

या ज्ञानभूमिकांचे वर्णन 'योगवासिष्ठा'त वेगवेगळ्या नावांनी तीन ठिकाणी आलेले आहे. मानवी जीवनात हा सात पायऱ्यांचा सोपान चढून जायला हवा.

श्रीरामांनी जो प्रश्न मुळात केला, तो जीवस्तरावरून केला. थोडे-फार अवलोकन व विचार करणारा माणूस सर्वत्र नश्वरता बघून निराश होतो. ही निराशा अज्ञानामुळे आलेली आहे. तत्त्वज्ञानाने या जगाचे खरे स्व-रूप समजावून घेऊन ज्ञानभूमिकेवर आरूढ व्हायला हवे. स्व-रूप विसरल्यामुळे देहतादात्म्य येते आणि देह मर्त्य असल्यामुळे निराशा येते. पण हे जग काल्पनिक आहे. आपले खरे स्वरूप कळल्यावर स्वप्नातून जागे व्हावे आणि स्वप्नातील सुख-दुःखे व्यर्थ वाटावीत, तसे वाटू लागते.

ज्ञान व कर्म

वसिष्ठ म्हणतात, 'ज्ञान आणि कर्म हे पक्ष्याचे दोन पंख आहेत. एक पाय मोडला, तर माणूस लंगडत पुढे जाऊ शकतो; पण एक पंख तुटला, तर पक्षी कोसळतोच. 'अहं' शरीराला चिकटलेला असतो, तर आत्मा व्यापक असतो. आत्मज्ञानात व्यक्तिमत्त्व व व्यापकत्व एकत्र आलेले असतात. या पायरीवर संत

असतात. ते ज्ञानातून कर्मात उतरतात– जगाला जगण्याची रीत दाखवण्यासाठी. जीवनातील सारी कर्मे म्हणजे एकात्मतेचा भावमय आस्वाद व्हावा. श्रीरामा, तूच ब्रह्म आहेस– तूच अनेक रूपांत नटला आहेस. हे तुझे स्व-रूप-आनंदाचा आस्वाद घेणे आहे. कर्माला प्रेरणा केवळ वासनेतूनच मिळते असे नाही; तर प्रेमातून, कर्माच्याही आनंदातून मिळते. स्व-रूपावर स्थिर झालास, तर कर्म हे ज्ञानाचे मूर्त रूप होईल. ज्ञान, प्रेम, आनंद कर्मातून साकार होतील आणि त्याचा कधी कंटाळा येणार नाही. परमतत्त्वाचा, त्याच्या एकात्मतेचा विविध कर्मांतून आस्वाद घेणे म्हणजेच जीवन. तुझ्या जीवनातील सर्व कर्मे एकात्म तेची, ज्ञानमयतेची, आनंदाची अभिव्यक्ती होऊ देत. कर्मे ज्ञानाची प्रतीकात्मक साकार रूपे होऊ देत. तू 'अन्तस्त्यागी बहि:संगी' होऊन राहा.

मानवी जीवन यशस्वी, कृतार्थ करण्याचा मार्ग या ग्रंथाने जगाला दाखवून दिला आहे. हे वसिष्ठांचे जगावर फार मोठे उपकार आहेत.

वसिष्ठ व विश्वामित्र यांच्यातील वैमनस्य ही एक बहुचर्चित गोष्ट आहे. गाधीपुत्र विश्वामित्रराजाने क्षत्रिय बलाने उन्मत्त होऊन वसिष्ठांच्या आश्रम ातील शबला कामधेनू बळाने नेण्याचा प्रयत्न केला. गाईनेच सैन्य निर्माण करून स्वत:चे रक्षण केले. त्या प्रकरणात वसिष्ठांचे शंभर पुत्रही मारले गेले. विश्वामित्रांनी तप करून ब्रह्मर्षिपद मिळवले; पण वसिष्ठांनी त्यांना ब्रह्मर्षी म्हणून मान्य करावे, असा त्यांचा हट्ट होता.

या संदर्भात वसिष्ठ व अरुंधतीमधील संवाद श्री. पांडुरंगशास्त्री आठवले यांनी छान रंगवला आहे– ''वसिष्ठ मला ब्रह्मर्षी म्हणत नाहीत, तर त्यांची हत्याच करतो– अशा निश्चयाने वसिष्ठांच्या कुटीजवळ रात्रीच्या वेळी विश्वामित्र येतात. चांदणी रात्र होती. वसिष्ठ आपल्या पत्नीला म्हणाले, 'विश्वामित्रांच्या तपासारखे उज्ज्वल चांदणे पडले आहे.' तेव्हा अरुंधतीने विचारले, 'तुम्ही विश्वामित्रांचा एवढा आदर करता, तर त्यांना ब्रह्मर्षी म्हणून मान्यता का देत नाही?' त्यावर वसिष्ठ म्हणाले, 'ब्रह्मसाक्षात्कार होऊन ज्याला ब्रह्मानंद झाला आहे, त्याला इतरांच्या प्रमाणपत्रांची आवश्यकता नसते. माझे पोट भरले आहे, याचे प्रमाणपत्र इतरांनी कशाला द्यायला हवे? माझे मलाच कळत नाही का? हा संशय कशाला हवा?' ते ऐकून विश्वामित्रांना आपण केवढी चूक करत होतो, हे लक्षात आले आणि त्यांनी वसिष्ठांचे पाय धरले, तेव्हा हसतच वसिष्ठ म्हणाले, 'उठा ब्रह्मर्षी'!''

-

आज त्यांच्या अस्तित्वाच्या काही खुणा दिसतात का? श्रीरामांना राज्याभिषेक झाल्यानंतर, ते स्थिरस्थावर झाल्यावर वसिष्ठ हिमालयात गेले आणि तिथे ते समाधिस्थ झाले, असे सांगतात. आज मनालीजवळ वसिष्ठांच्या समाधीची ती जागा दाखवतात. वसिष्ठ बसले होते, त्याच स्थितीत ते शिळा झाले. आज तिथे कुटीमध्ये वसिष्ठांची भव्य मूर्ती आहे. ती घडवलेली नाही, असे सांगतात. तेव्हा ते शिळारूप झाले असतील, तर त्यांची शरीरयष्टी भव्य व प्रभावशाली होती, असे म्हणावे लागेल. त्यांच्या पुण्यप्रभावाने तिथे गरम पाण्याचे झरे निर्माण झाले. त्यात स्नान करणारा व्याधिमुक्त होतो, असे सांगतात. त्यामुळे तिथे स्नान करणाऱ्यांची नेहमीच खूप गर्दी असते.

मोठ्या लोकांशी आपले नाते जोडायला सर्वांना आवडते, शिवाय इतक्या जुन्या काळाबद्दल नक्की काहीच सांगता येत नाही. अबूच्या पहाडांतही त्यांच्याबद्दल, त्यांच्या वास्तव्याबद्दलच्या जागा दाखवतात, असे ऐकले आहे. वसिष्ठांचा वावर पूर्ण देशभरच होता. तेव्हा लोक सांगतात, त्यात काही तथ्यही असू शकते.

असे हे वसिष्ठ! अत्यंत तेजस्वी, आज सप्तर्षींमधील ताऱ्याच्या रूपाने तेजाची उधळण करणारे, समाजाला तेजस्वी विचार देऊन उभे करणारे. तृत्सू व सुदासराजाला त्यांनीच उभे केले. सद्‌विचारांवर निष्ठा ठेवणारे, समाजहितासाठी झटणारे! एकदा असे झाले की– विश्वामित्रांना ब्रह्मर्षी ठरवण्यासाठी ब्रह्मदेवाने सूर्य, समुद्र व मेरुपर्वताला साक्षीला आणण्यास सांगितले. वसिष्ठांनी छाटी उडवली, ती आकाशात स्थिर होऊन सूर्याप्रमाणे प्रकाश देऊ लागली. त्यांच्या कमंडलूतून पाणी वाहू लागले व काठी मेरुपर्वत झाली; त्यामुळे ब्रह्मदेवाने विश्वामित्रांचे ब्रह्मर्षिपण मान्य केले. *(या कथेचा उल्लेख ज्ञानेश्वरीच्या दहाव्या अध्यायात आला आहे.)*

असे हे प्रत्यक्ष श्रीरामचंद्रांचे गुरू वसिष्ठ!

⌘

ऋषी विश्वामित्र

श्रीरामचंद्रांच्या जीवनात वसिष्ठांचे स्थान अतिशय उच्च आहे, त्याप्रमाणेच विश्वामित्रांचेही स्थान उच्च आहे. श्रीरामांना घडवण्यात विश्वामित्रांचाही हात आहेच. विश्वामित्रांचे जीवन म्हणजे कृष्ण-धवल रंगांचे मनोहारी व भव्य चित्र!

विश्वामित्र हे जन्माने क्षत्रिय! *गाधीराजा*चे पुत्र. या संदर्भात एक आख्यायिका सांगितली जाते. गाधीराजाला अपत्य नव्हते. त्याने सोमयाग केला. प्रसाद म्हणून त्याला कन्यारत्नाची प्राप्ती झाली. तिचे नाव *सत्यवती*. ती अतिशय लावण्यवती व बुद्धिमती होती. तिने *ऋचिक* ऋषींना पाहिले. तपाने तेजस्वी झालेल्या ऋचिकांशी लग्न करण्याची तिला इच्छा झाली. ऋचिकांनाही ती आवडली. ते तिच्याशी लग्न करण्याच्या इच्छेने गाधीराजाकडे गेले. राजाऐवजी एखाद्या तपस्व्याला मुलगी देण्यास गाधीराजा एकदम तयार नव्हता. नाही म्हणण्याऐवजी त्याने सांगितले, ''ठीक आहे, तू एक हजार श्यामकर्ण अश्व आणून दे.'' त्या काळी अश्व सहजतेने उपलब्ध नसावेत; त्यातून शुभ्र अश्व! पण त्यांचेही कान फक्त एका बाजूने काळे– असे अश्व अन् तेही एक हजार! पण कुणी म्हणतात की– त्याने गंगातीरावरून असे हजार अश्व आणले; तर कुणी म्हणतात की, त्यांनी वरुणदेवाकडून असे अश्व मागून आणले. अट पूर्ण केली, म्हणून सत्यवतीचा ऋचिकांशी विवाह झाला.

विवाहानंतर सत्यवतीने ऋचिकांकडे पुत्रप्राप्तीची इच्छा व्यक्त केली. तिच्या आईनेही स्वतःला पुत्र हवा असल्याचे तिला आग्रहाने सांगितले होते. तोही प्रस्ताव तिने पतीपुढे ठेवला. पतीने दोघींसाठी चरू तयार केले. आईला वाटले– ऋचिकांनी आपल्या पत्नीसाठी खास चरू बनवला असेल, म्हणून लेकीला सांगून तिने लेकीचा चरू खाल्ला आणि लेकीला स्वतःचा चरू दिला. ऋचिकांनी सत्यवतीसाठी ब्रह्मतेजाचा, तर तिच्या आईसाठी क्षात्रतेजाचा चरू बनवला होता.

या चरूच्या प्रभावाने गाधीराजाला व राणीला जो पुत्र झाला, तो म्हणजे *विश्वामित्र*. त्यामुळे त्यांच्यामध्ये ब्राह्मण बनण्याची इच्छा पुढे प्रबळ झालेली दिसते. पंडित महादेवशास्त्रींच्या संस्कृतिकोशानुसार त्यांचे जन्मनाव *विश्वरथ* असे होते. पुढे ते जेव्हा ब्रह्मर्षी झाले, तेव्हा त्यांना विश्वामित्र या नावाने लोक ओळखू लागले. आज सर्वत्र विश्वामित्र हेच नाव प्रचलित आहे.

राजा ते ऋषी

हा गाधीराजा *कुशिकराजा*चा नातू. त्याचे राज्य कान्यकुब्जाजवळ होते. त्याच्यानंतर विश्वामित्र राजा झाला. अत्यंत शूर व प्रजाप्रिय असा तो राजा होता. एकदा शिकार करता-करता विश्वामित्रराजा वसिष्ठांच्या आश्रमात पोचला. वसिष्ठांनी कामधेनूच्या साह्याने राजाचे व त्याच्या सर्व सैन्याचेही खूप आदरातिथ्य केले. विश्वामित्राला ती कामधेनू घेऊन जावीशी वाटली. त्याने वसिष्ठांपुढे कामधेनू विकत देण्याचा प्रस्ताव मांडला, पण कामधेनू विकण्यास वसिष्ठ तयार नव्हते. राजा गाईला बळे ओढून नेऊ लागला. अशी आख्यायिका सांगतात की, तेव्हा गाईने सैन्य निर्माण केले. तुंबळ युद्ध झाले. कामधेनूचे सैनिक खूपच रागावले, तेव्हा तिने आणखी सैन्य निर्माण केले. त्या युद्धात विश्वामित्राचे शंभर पुत्र मारले गेले. त्याचा पराभव झाला.

हा क्षण विश्वामित्रांचे आयुष्य बदलवणारा ठरला. त्यांनी आपले राज्य उरलेल्या एकमात्र पुत्राला दिले आणि ते स्वतः हिमालयात तपश्चर्येसाठी निघून गेले. त्यांनी शंकरांना प्रसन्न करून घेतले. त्यांच्याकडून अस्त्रे-शस्त्रे प्राप्त करून घेतली. त्यांनी वसिष्ठांवर पुन्हा हल्ला केला. वसिष्ठांनी आपला ब्रह्मदंड पुढे ठेवला. विश्वामित्रांच्या अस्त्रांचा त्या ब्रह्मदंडापुढे काही प्रभाव पडला नाही; तेव्हा *धिक् बलं क्षत्रिय बलं ब्रह्मतेजो बलं बलम्* असे म्हणत ते ब्रह्मबल मिळविण्यासाठी तप करायला निघून गेले.

आत्मदहन व आत्मसंयमन करून त्यांनी आत्मशक्ती वाढवली. आपले विचार उच्च स्तरावर नेले. लोकांना संस्कारी केले. लोक त्यांना मानू लागले. ब्रह्मदेव प्रगट झाले व म्हणाले, ''उठा, तुम्ही ऋषी झालात.'' पण विश्वामित्रांचे ध्येय ब्रह्मर्षी बनण्याचे होते. त्यांनी तप चालूच ठेवले. इंद्राचे धाबे दणाणले. आपले इंद्रपद धोक्यात येत आहे, असे त्याला वाटले. त्याने मेनकेला पाठवले. मेनका साधेपणाने राहत होती. तिने विश्वामित्रांना आकृष्ट करण्यासाठी काही केले नाही. पण एके दिवशी विश्वामित्रांना तिचा मोह झाला. दोघे एकत्र राहू लागले. शकुंतलेचा जन्म झाल्यावर ते भानावर आले. त्यांनी ते स्थान सोडले... पुन्हा तपश्चर्या सुरू केली. या वेळी इंद्राने रंभेला पाठवले. रंभेने त्यांना आकर्षित करण्याचे व्यवस्थित प्रयत्न केले. विश्वामित्रांना क्रोध आला. त्यांनी रंभेला शाप दिला. आधीची तपस्या कामामुळे वाया गेली; आताची क्रोधामुळे गेली. पण विश्वामित्र सावरले आणि पुन्हा तपाला बसले. ब्रह्मदेव प्रसन्न झाले. म्हणाले, ''महर्षी, उठा!'' पण विश्वामित्रांना 'ब्रह्मर्षी' व्हायचे होते. त्यांनी आपले तप चालूच ठेवले. इंद्राने स्वत: वनवासी वेषात येऊन त्यांना क्रोध आणण्याचा प्रयत्न केला. पण आता विश्वामित्र सावध होते. त्यांनी क्रोधाला जिंकले होते. मग मात्र ब्रह्मदेव त्यांना 'ब्रह्मर्षी' म्हणाले. विश्वामित्र आपले ध्येय प्राप्त करूनच उठले. त्यांची जिद्द व चिकाटीला या जगात तोड नाही. विश्वामित्र म्हणजे मूर्तिमंत प्रयत्नवाद!

गायत्री मंत्राचे द्रष्टे

विश्वामित्र म्हटले की, शकुंतलेला घेऊन उभ्या असलेल्या मेनकेचा अस्वीकार करणारे ऋषी— असा समज दुर्दैवाने बरेच लोक करून घेतात; पण ऋग्वेदातील तिसरे मंडल विश्वामित्रांच्या नावावर आहे. या तिसऱ्या मंडलातील बरीचशी सूक्ते अग्नी, सविता, उषा, वैश्वानर आदींसाठी लिहिलेली आहेत. प्रसिद्ध गायत्री मंत्रही याच मंडलात आहे, असे सांगितले जाते. श्री. चित्रावशास्त्री, पं. महादेवशास्त्री जोशी आदी विद्वान 'गायत्री मंत्राचे द्रष्टे' म्हणून विश्वामित्रांचा उल्लेख करतात. *गायत्र्या विश्वामित्रः सविता गायत्री* असा उल्लेख उपनयनसंस्काराच्या वेळी गायत्री मंत्राचा उपदेश करताना येतो, असे चित्रावशास्त्री सांगतात. रत्नागिरीच्या फडकेशास्त्रींनी सांगितले की गायत्रीचे श्रेय विश्वामित्र, वसिष्ठ, अगस्त्य, गौतम व भारद्वाजांना दिल्याचा उल्लेख केलेला आहे. गायत्री मंत्र बरेच आहेत; त्यांचे श्रेय या पाच जणांना जाते. पण *'तत्*

सवितुः वरेण्यम् भर्गो देवस्य धीमहि धीयो योनः प्रचोदयात्' हा गायत्री मंत्र– जो सर्व मंत्रांचा राजा समजला जातो, तो– विश्वामित्रांना स्फुरलेला मंत्र आहे, हे निश्चित!

माझ्यापुढे असा प्रश्न उभा राहतो की– तेजाची उपासना करणाऱ्या गायत्री मंत्राचा द्रष्टा म्हणून विश्वामित्रांची प्रतिमा जगापुढे का आली नाही? त्यांची सूक्ते अतिशय सुंदर आहेत. त्यांत तेजाबरोबर तेजस्वी इंद्रासाठीही बरीच सूक्ते आहेत. त्यांचे नदीचे सूक्तही खूप प्रसिद्ध आहे.

ते अत्यंत सामर्थ्यसंपन्न होते. वसिष्ठांनी ज्या सुदासाची मदत केली, त्या सुदासराजाने कुशिकांशी मैत्री करण्यासाठी वसिष्ठांऐवजी कौशिक विश्वामित्रांना पुरोहित नेमले. कदाचित त्यामुळे वसिष्ठ व विश्वामित्रांमध्ये वितुष्ट आले असेल. त्यामुळे असू शकेल; पण वसिष्ठपुत्र शक्तीने विश्वामित्रांना वादविवादात हरवले होते. विश्वामित्रांचा जिद्दी स्वभाव तिथेही दिसून येतो. त्यांनी महर्षी जमदग्नींकडून– म्हणजेच आपल्या भाच्याकडून '*ससर्परी*' नावाची विद्या प्राप्त केली. त्यामुळे त्यांना संभाषणकौशल्य प्राप्त झाले होते.

हरिश्चंद्राने वसिष्ठांना पौरोहित्य दिले, म्हणून त्यांनी हरिश्चंद्राचा खूप छळ केल्याची कथा प्रसिद्ध आहे. पण नंतर ते त्याच्यावर प्रसन्नही झाले. त्रिशंकूच्या संदर्भात विश्वामित्रांनी वसिष्ठांच्या शंभर पुत्रांची व शक्तीचीही हत्या केल्याचे उल्लेख मिळतात. हे शंभर 'गुरुपुत्र'– कदाचित वसिष्ठांचे शिष्य असतील.

विश्वामित्रांची प्रतिसृष्टी

या त्रिशंकूच्या संदर्भातही विश्वामित्रांचे नाव घेतले जाते. त्रिशंकू हा इक्ष्वाकू वंशातील राजपुत्र. थोडासा हूड होता. त्याने तीन अपराध केले होते. पूर्वजन्मी त्याने गोहत्या केली होती, त्याने परस्त्रीहरण केले होते आणि पित्याला क्रोध येईल असे वर्तन केले होते. म्हणून पित्याने त्याला हाकलून दिले होते. पण त्याची या दोषांसकट स्वर्गाला जाण्याची इच्छा होती. पापाची शिक्षा भोगून आधी शुद्ध व्हायला पाहिजे, असे वसिष्ठांनी सांगितल्यामुळे त्याने अन्य ऋषींचा शोध सुरू केला. पापाची शिक्षा न भोगताच त्याला सदेह स्वर्गाला जाण्याची इच्छा होती. त्याची व विश्वामित्रांची गाठ-भेट झाली. विश्वामित्र ज्या वेळी तपश्चर्येला गेले होते, त्या वेळी दुष्काळामध्ये या त्रिशंकूने– त्याचे खरे नाव सत्यव्रत- विश्वामित्रांच्या पत्नीला व मुलाबाळांना अन्न पोचवले होते. हे त्याचे विश्वामित्रांवर उपकार होतेच. शिवाय, वसिष्ठांनी नकार दिला ते कार्य करून दाखवावे, हीही

त्यांची इच्छा असेल. त्यांनी त्रिशंकूला सदेह स्वर्गाला पाठविण्याचे ठरवले. यज्ञ सुरू झाला; पण गुरू वसिष्ठांचे न ऐकल्यामुळे व अन्य पापांमुळे स्वर्गात त्याला कुणी प्रवेश करू देईना. खालून विश्वामित्र वर पाठवत होते आणि वरून इंद्र खाली ढकलत होता. त्रिशंकू मधेच लटकत राहिला.

विश्वामित्रांनी स्व-सामर्थ्याने दुसरा स्वर्ग निर्माण करण्यास सुरुवात केली. ते पाहून इंद्राने त्रिशंकूची काही तरी व्यवस्था करण्याचे शेवटी मान्य केले, असे सांगतात.

आधुनिक विद्वान ही कथा प्रतीकात्मक असल्याचे सांगतात. काहीही असो; पण विश्वामित्रांमध्ये ब्रह्मदेवाप्रमाणे सृष्टी निर्माण करण्याचे सामर्थ्य होते, हे या गोष्टीतून कळते. त्यांच्या या प्रतिसृष्टीत निर्माण केलेल्या काही गोष्टींचे उल्लेख पुराणांतून सापडतात. (उदा.– मसूर व मसूरडाळ त्यांनी निर्माण केली, असे ऐकिवात आहे.)

शुनःशेपाचा बचाव

विश्वामित्रांच्या क्रूरपणाच्या जशा गोष्टी आहेत– हरिश्चंद्राचा त्यांनी केलेला छळ वा वसिष्ठांशी वैर, यातून त्यांच्या पुत्रांना मारणे आदी – तशा त्यांच्या दयाळूपणाच्याही गोष्टी आहेत. त्यांनी शुनःशेपाला वधस्तंभावरून सोडवले होते.

ती कथा अशी की – *हरिश्चंद्र* नावाचा राजा होता. हा प्रसिद्ध हरिश्चंद्र-तारामती-रोहिदास वगैरेंमधील हरिश्चंद्र नव्हे. त्याने पुत्रप्राप्तीसाठी वरुणाला प्रसन्न करून घेतले. वरुणाने सांगितले,"तू निपुत्रिक राहू नयेस म्हणून मी तुला पुत्र देईन, पण मी मागेन तेव्हा तू त्याला मला परत देऊन टाकले पाहिजेस." राजाने पुत्रप्राप्तीच्या मोहाने ते कबूल केले. राजाला पुत्र झाला; पण वरुण जेव्हा मागायला आला, तेव्हा काही तरी कारण काढून – अजून त्याला दात आले नाहीत, दात आले की तो पूर्ण होईल, मग तू घेऊन जा – असे म्हणून त्याला परत पाठवले. असे अनेक वेळा नाना कारणे देऊन झाले. तोपर्यंत मुलगा विवाहयोग्य झाला होता. जेव्हा वरुण चिडून आला, तेव्हा मुलगा रानात पळून गेला. तिथे एक ऋषी भेटले. ते म्हणाले,"अरे, तुझ्याऐवजी दुसऱ्या कुणाचा तरी बळी दे, म्हणजे झाले." पुढे त्याला अजीगर्त नावाचा ब्राह्मण भेटला. त्याला तीन पुत्र होते, पण कमालीच्या दारिद्र्याने तो गांजलेला होता. धनाच्या बदल्यात आपला एक पुत्र – *शुनःशेप* द्यायला तो तयार झाला. शुनःशेपाला घेऊन राजपुत्र राजधानीत आला, त्या वेळी धर्माने एकाऐवजी दुसऱ्याने बळी जाणे मान्य होते.

पण शुन:शेपाला मरायचे नव्हते. तो गयावया करीत होता. विश्वामित्रांनी ते पाहिल्यावर त्यांना दया आली आणि त्यांनी शुन:शेपाला वधस्तंभावरून सोडवले. त्यांनी वरुणाची समजूत काढली. विश्वामित्र बोलण्यात चतुर होते. वरुणाने मुलावरील हक्क सोडून दिला. तेव्हापासून म्हणे, यज्ञात बळी न देता श्रीफल व सुपारीचा प्रयोग होऊ लागला.

पण विश्वामित्रांची दया इथेच थांबली नाही. शुन:शेप म्हणाला, ''आता मी कुणाचा पुत्र आहे? ज्याने विकले त्या जन्मदात्याचा, की ज्याने विकत घेतले त्या राजाचा?'' शेवटी ज्याने वाचवले, त्या विश्वमित्रांनी त्याला आपला पुत्र मानला. इतकेच नाही, तर आपल्या सर्व पुत्रांना त्यांनी ज्येष्ठ बंधू म्हणून त्याचा स्वीकार करण्यास सांगितले. ज्यांनी मान्य केले नाही, त्यांना विश्वामित्रांनी शाप दिला आणि ज्यांनी मानले, त्यांच्यावर कृपा केली.

दुष्काळामध्ये प्राणरक्षणासाठी एका चांडाळाच्या घरी जाऊन मेलेल्या कुत्र्याची तंगडी खाल्ल्याचा उल्लेख मिळतो. प्राप्त परिस्थितीला धैर्याने तोंड देण्याची त्यांची वृत्ती यातून दिसून येते.

असे म्हणतात की, शुन:शेपाला विश्वमित्रांनी वाचवले, हे वसिष्ठांना खूप आवडले आणि तेव्हापासून त्यांच्यातील वैमनस्य दूर झाले. या वैमनस्याचे उल्लेख ऋग्वेदातही सापडतात आणि विश्वामित्रांनी लिहिलेल्या वसिष्ठद्रोही ऋचा वसिष्ठकुलातील ब्राह्मण म्हणत नाहीत, असा रिवाज सांगितला जातो.

विश्वामित्र व श्रीराम

असे हे कृष्ण धवल व्यक्तिमत्त्वाचे विश्वामित्र ज्या वेळी श्रीरामांना व लक्ष्मणाला नेण्यासाठी दशरथाकडे आले, तेव्हा वसिष्ठांनी विश्वामित्रांची खूप स्तुती केली आहे. 'मारिच आणि सुबाहूसारख्या राक्षसांना अननुभवी श्रीराम कसे मारणार?' ही दशरथाची शंका विश्वामित्र दूर करतात. पण दशरथाचे मन शांत झाले नाही, तेव्हा वसिष्ठ म्हणाले,

'एष विग्रहवान् धर्म एष वीर्यवतां वर: ।।
एष विद्याधिको लोके तपसश्च परायणम् ।।

— वाल्मिकी रामायण, बालकांड २१.१०

''हे महर्षी विश्वामित्र साक्षात् धर्माची मूर्ती आहेत. ते बलवानांमध्ये श्रेष्ठ आहेत. विद्येमध्ये श्रेष्ठ आहेत. श्रेष्ठ तपस्वी आहेत.'' स्तुती करणारे वसिष्ठ आहेत, त्यामुळे ह्या शब्दांचे मोल फार मोठे आहे. श्रीरामांच्या दृष्टीने महत्त्वाचे

म्हणजे, ते अनेक अस्त्रांचे जाणकार आहेत. त्यांच्याबरोबर जाण्यात श्रीरामांचे हित आहे. त्यांचे कल्याण करण्यासाठीच ते त्यांना बरोबर नेऊ इच्छित आहेत, हे वसिष्ठ जाणत होते. अखेर विश्वामित्रांबरोबर श्रीराम व लक्ष्मण निघाले. शरयू तीरावर आल्यावर विश्वामित्रांनी श्रीरामांना बला व अतिबला मंत्रसमुदाय दिला. यामुळे त्यांना कधी थकवा येणार नव्हता, रोग व चिंतेचा त्रास होणार नव्हता. कुणीही त्यांच्या शरीरात बदल करू शकणार नव्हते, झोपेत वा बेसावध क्षणी कधीही कुठलाही राक्षस त्यांच्यावर आक्रमण करू शकणार नव्हता. बाहुबलात त्यांची बरोबरी कुणीही करू शकणार नव्हता. सर्व तऱ्हेच्या प्रश्नांना उत्तरे देण्याचे चातुर्य त्यांना प्राप्त होणार होते, भूक व तहानेचा त्रास कधी होणार नव्हता. या विद्या विश्वामित्रांनी तपस्या करून प्राप्त केल्या होत्या, त्या तपोबलासह या श्रीरामांना विद्या प्राप्त झाल्या.

अशा रीतीने प्रवासाची सुरुवात झाली. वाटेतील प्रत्येक स्थानाचे वैशिष्ट्य, त्याच्याशी संबंधित इतिहास श्रीरामांना विश्वामित्र ऐकवीत होते. अशा रीतीने भूगोल व इतिहासाचा प्रत्यक्ष पाठ श्रीरामांना मिळत होता. शरयू व गंगा यांच्या गूढ संगमाची कथा, त्राटिकावनाचा इतिहास, त्राटिकेचा जन्म, लग्न व मुलगा मारिच यांची सर्व माहिती श्रीरामांना कळली. विरोचनाच्या मंथरा नावाच्या मुलीला इंद्राने प्रजाहितार्थ मारले, विष्णूने शुक्राचार्यांची माता व भृगूंच्या पत्नीला मारले होते– असे अनेक दाखले देऊन राजाने प्रजारक्षणार्थ काहीही करायला तयार असले पाहिजे, अशी शिकवण दिली. (त्यामुळेच पत्नीचाही त्याग करायला श्रीराम पुढे तयार झाले असतील.)

त्राटिकावधानंतर विश्वामित्रांनी श्रीरामांना शेकडो शस्त्रास्त्रे दिली. कृशाश्वाचे अस्त्ररूपी पुत्र दजुचक्र, धर्मचक्र, कालचक्र, विष्णुचक्र, ऐन्द्रचक्र, इंद्राचे वज्र, शिवाचा त्रिशूल, ब्रह्मदेवाचे ब्रह्मशिरस अस्त्र, धर्मपाश, कालपाश, वरुणपाश, सुकी व ओली अशनी, पिनाक, नारायणास्त्र, आग्नेयास्त्र, शिखरास्त्र, वायव्यास्त्र वगैरे वगैरे शंभरएक तरी अस्त्रे दिली. मोरकी व शिखरी नावाच्या गदा, उत्तम खड्ग वगैरे बरीच शस्त्रास्त्रे दिली. म्हणजेच त्यांची माहिती, त्यांचा प्रयोग कसा करायचा, त्यांचा उपशम कसा करायचा, दुरुस्ती लागल्यास कशी करायची, चुकीने वापरल्यास ते निस्तरावे कसे– आदी सर्व गोष्टींचे ज्ञान अस्त्र दिले. पुढे येणाऱ्या वनवासासाठी जणू काही विश्वामित्रांनी श्रीरामांना पूर्ण सज्ज केले.

पुन्हा दुसऱ्या दिवशीही जवळजवळ आणखी पन्नास अस्त्रे त्यांनी श्रीरामांना

दिली. श्रीरामांनीही प्रसन्न मनाने त्यांचे स्वागत केले. त्यानंतर विरोचन कुमार बलीने जिथे यज्ञ केला आणि विष्णू जिथे वामनावतार घेऊन आले, ते स्थान दाखवले. त्या स्थानाला *सिद्धाश्रम* म्हणत. विश्वामित्र तिथेच यज्ञाचे अनुष्ठान करत होते. श्री रामचंद्र व लक्ष्मणाने यज्ञाचे रक्षण केले आणि राक्षसांचा संहार केला. त्यानंतर श्रीराम व लक्ष्मणांना घेऊन विश्वामित्र मिथिलेला गेले. तिथे एक यज्ञ होणार होता. शिवाय, भगवान शंकरांनी राजा जनकाला दिलेले एक खास धनुष्य होते, तेही पाहायला मिळणार होते.

निघताना विश्वामित्रांनी वनदेवतांचा निरोप घेतला. श्रीरामांसाठी हासुद्धा एक पाठ झाला असणार. जाताना विश्वामित्रांनी आपल्या कुलाची कथा व बहीण सत्यवतीबद्दल माहिती दिली. ''ती हिमालयात कौशिकी नदी बनून राहिली आहे आणि तिच्या तीरावर मला खूप प्रसन्न वाटते...'' हे सांगून आपले भगिनीप्रेमही प्रगट केले. नंतर गंगातटावर आल्यावर गंगेच्या उत्पत्तीसंबंधीची कथा श्रीरामांना ऐकवली. पुढे ती पृथ्वीतलावर कशी आली ही कथा, कार्तिकेयाच्या जन्माची कथा, सगरराजा व त्याच्या पुत्रपौत्राची कथा ऐकवली. मग समुद्रमंथनाची कथा, दितीची व मरुत्‌गणांची कथा सांगितली.

अशा रीतीने मिथिलेपर्यंत पोचेपर्यंत विश्वामित्रांनी बराचसा इतिहास व भूगोल श्रीरामांना दाखवला, सांगितला. मिथिलेला पोचल्यावर तेथील एका तपोवनात कुणीच नव्हते. तो आश्रम गौतमांचा होता. तिथे गौतमऋषी आपली पत्नी अहल्येबरोबर राहून तप करीत होते. परंतु, इंद्राने एकदा गौतमऋषींच्या वेषात येऊन अहल्येचा भोग घेतला. तेव्हापासून शापित अहल्या तप करीत त्या आश्रमात राहत होती. ती कुणाला दिसत नव्हती. विश्वामित्रांच्या सांगण्यावरून श्री रामचंद्र त्या आश्रमात गेले. अहल्येने त्यांचा शास्त्रानुसार अर्घ्य-पाद्य आदी देऊन सत्कार केला. ती ज्योतीप्रमाणे तेजस्वी दिसत होती. शाप संपल्यामुळे ती आता लोकांना दिसू शकत होती. त्या वेळी गौतमही तिथे आले आणि त्यांनी तप:शुद्ध पत्नीचा आनंदाने स्वीकार केला.

पुढे मिथिलेला गेल्यावर राजा जनकाने विश्वामित्रांचे आदराने स्वागत केले. गौतमाचे ज्येष्ठ पुत्र शतानंद म्हणाले—

'अचिन्त्यकर्मा तपस्या ब्रह्मर्षिरमित प्रभः।
विश्वामित्रो महातेजा वेद्म एवं परमां गतिम्।।

वा. रा. बाल ५१.१४

'विश्वामित्रांची कर्मे अचिन्त्य आहेत. तपस्येने त्यांनी ब्रह्मर्षिपद मिळवले आहे. ते महातेजस्वी आहेत, जगाचे परम आश्रय व हितैषी आहेत.'

विश्वामित्रांच्या सांगण्यावरून धनुष्य आणवले गेले, श्रीरामचंद्रांनी त्यावर प्रत्यंचा चढवली आणि त्यानंतर ते धनुष्य भंग पावले. पुढे राजाने श्रीरामांना आपली कन्या सीता अर्पण केली.

अशा रीतीने विश्वामित्रांनी श्रीरामांना इतिहास-भूगोल सांगून एक दृष्टी दिली. राजाने प्रजेसाठी काहीही करायला हवे, अशी शिकवण त्राटिकावधाच्या निमित्ताने दिली. चुकीचे प्रायश्चित्त घेतल्यानंतर व्यक्ती शुद्ध होते, हे अहल्येच्या प्रसंगातून शिकवले. शिवाय शेकडो अस्त्रे, शस्त्रे व विद्या देऊन श्रीरामांना शक्तिसंपन्न केले. वसिष्ठांनी ज्या हेतूने श्रीरामांना विश्वामित्रांबरोबर जाण्याचा आग्रह केला होता, तो हेतू पूर्ण झाला होता. श्रीरामांच्या जडण-घडणीमध्ये अशा तऱ्हेने विश्वामित्रांचाही वाटा आहे.

पुराणात विश्वामित्रांचे आश्रम चार ठिकाणी दाखवले आहेत. एक ताटकावनाजवळील सिद्धाश्रम. इथेच श्री रामचंद्र व लक्ष्मणाने त्यांच्या यज्ञात त्यांना साह्य केले. दुसरा आश्रम सरस्वतीच्या पश्चिम तीरावर होता. तिसरा वेदगर्भपुटी येथे होता आणि चौथा कौशिकी नदीच्या तीरावर. या आश्रमाबद्दल ते श्रीरामांशी बोलले होते.

असे हे धवल-कृष्ण कीर्तीचे विश्वामित्र! यांचे स्मरण करायचे ते श्रीरामचंद्रांना घडविणारे म्हणून! प्रयत्न व जिद्द यांची पराकाष्ठा म्हणून! पडले तरी धूळ झटकून पुन्हा उठून ध्येयापर्यंत चालणारे व ब्रह्मर्षिपद प्राप्त करणारे ऋषी म्हणून! अग्नीची, सवित्याच्या तेजाची उपासना करणारे एक तेजस्वी ऋषी म्हणून! ज्या गायत्री मंत्रापासून सृष्टीनिर्मिती झाली, असे मानतात; त्या गायत्री मंत्राचा द्रष्टा ऋषी म्हणून!

⌘

ऋषी अगस्त्य

ऋग्वेदातील सातव्या मंडलातील तेहतिसाव्या सूक्तात अगस्त्यांचा उल्लेख आहे. 'अगं-पर्वतं, विंध्य-स्तंभयति इति अगस्त्य:।' विंध्याला झुकवल्याबद्दल त्यांना अगस्त्य हे नाव मिळाले व तेच सर्वत्र रूढ झाले.

श्रीरामचंद्रांनीही ज्यांची स्तुती केली, ते ऋषी अगस्त्य हे मित्रा-वरुणाचे पुत्र. *मित्रा-वरुण* यज्ञासाठी दीक्षित झाले होते. आपली परंपरा चालविण्यासाठी पुत्र हवा, असे त्यांना वाटत होते. कुणी म्हणतात– यज्ञमंडपात आलेल्या उर्वशीला बघून यांचे वीर्यस्खलन झाले. ते वरिवसितरी कुंभात पडले. कुणी म्हणतात– उपस्थित ऋषी-मुनींच्या आग्रहावरून त्यांनी आपले जाज्वल्य, समर्थ वीर्य वरिवसितरी कुंभात सिंचित केले. त्या कुंभातून *वसिष्ठ* व *अगस्त्य* जन्माला आले. वसिष्ठ तळाशी होते, तर अगस्त्य मध्यभागी होते. या जुळ्या भावांमध्ये वसिष्ठ ज्येष्ठ, तर अगस्त्य धाकटे आहेत.

पं. महादेवशास्त्री जोशींच्या भारतीय संस्कृतिकोशात म्हटले आहे की, यांचे पैतृक नाव *मान्य* वा *मांदार्य* असे होते. यासाठी ऋग्वेदातील सातव्या मंडलातील तेहतिसाव्या सूक्ताच्या तेराव्या ऋचेचा ते उल्लेख करतात. *'अगं-पर्वतं, विंध्य-स्तंभयति इति अगस्त्य:'*– विन्ध्याला झुकवल्याबद्दल त्यांना 'अगस्त्य' हे नाव मिळाले व तेच सर्वत्र रूढ झाले.

ऋग्वेदामध्ये यांची सव्वीसएक सूक्ते आहेत. पहिल्या मंडलातील काही महत्त्वाची सूक्ते यांच्या नावावर आहेत. त्यांपैकी १६५ क्रमांकाचे सूक्त विशेष महत्त्वाचे मानले जाते. *कयाशुभीय सूक्त* असे त्याचे नाव आहे. इंद्र व मरुत् यांच्यात काही कारणाने वैर निर्माण झाले होते, ते अगस्त्यांनी मध्यस्थी करून मिटवले. त्यांनी केलेल्या या महान कार्याचा उल्लेख या सूक्तात केलेला आहे. तो असा : *'इंद्र त्वं मरुद्भिः सं वदस्वाध प्राशान ऋतुथा हवींषि।'* ('हे इन्द्रा, हे मरुत् तुझे बंधू आहेत. त्यांच्याशी मधुर भाषण कर.' 'आमच्या यज्ञातील हविरन्नाचा तू यथेच्छ स्वीकार कर', अशी त्याला विनंती केली आहे.) पावसाचा देव इंद्र व मरुत्गण म्हणजे वायू, यांच्यात सख्य हवेच. ते जगाच्या हिताचे आहे. म्हणून अगस्त्यांनी त्यासाठी विशेष वजन खर्च केले आणि दोघांचा रुसवा काढला.

अगस्त्य खेल राजाचे पुरोहित होते. राजाची पत्नी विश्पला ही युद्धात पतीबरोबर लढत असताना तिचा पाय तुटला. अगस्त्यांनी अश्विनीकुमारांची प्रार्थना केली. अश्विनीकुमार धावून आले. त्यांनी विश्पलेला लोखंडाचा पाय रातोरात बसवला. या शल्यकर्मात अगस्त्यांनी अश्विनीकुमारांचे साह्य केले. पुढे अथर्ववेदात अगस्त्यांचे मंत्र म्हणून कृमींचा नाश केल्याचा उल्लेख आहे. यावरून वैद्यकशास्त्रात त्यांची गती असावी, असा अंदाज बांधता येतो.

विंध्य ओलांडून दक्षिणेकडे...

अगस्त्य महान तपस्वी होते, तसेच ते महान योद्धेही होते. त्यांना धनुर्विद्या, शस्त्रविद्या, अस्त्रविद्या अवगत होती. उत्तरेकडे– विशेषतः गंगेच्या किनारी– वस्ती वाढली; तेव्हा दक्षिणेकडे जावे, असा विचार त्यांनी केला. विंध्य ओलांडून आत्तापर्यंत कुणीच खाली गेले नव्हते.

त्याबद्दल कथा अशी सांगतात की– विंध्य पर्वत मेरू पर्वताएवढा होण्याच्या इच्छेने वाढू लागला. कुणी म्हणतात, सूर्याचा मार्ग रोखण्यासाठी आकाशाला भिडू लागला. तेव्हा अगस्त्य तिथे गेले. अगस्त्यांना पाहताच विंध्याने त्यांचा चरणस्पर्श केला. त्या वेळी अगस्त्य म्हणाले की, मी दक्षिणेत जाऊन येतो, तोपर्यंत असाच राहा. अगस्त्य परत आलेच नाहीत, म्हणून विंध्य तसाच झुकलेला राहिला. लौकिकार्थाने पाहता, आत्तापर्यंत दुर्लंघ्य वाटलेल्या विध्यांला त्यांनी ओलांडले आणि दक्षिणेचा मार्ग सुकर केला. यासाठी त्यांना

जंगल तोडून वाट काढावी लागली असेल— श्वापदांशी, रानटी जमातींशी दोन हात करावे लागले असणार. तेवढी शक्ती व धैर्य त्यांच्यात होते. म्हणून दक्षिणेला *अगस्त्यांची दिशा* असेही म्हटले जाई.

श्रीराम व अगस्त्य

श्रीरामचंद्र व लक्ष्मणांना घेऊन जेव्हा गंगा पार करून विश्वामित्र पुढे आले, तेव्हा त्यांना त्राटिकेचे निबिड जंगल लागले होते. *सुकेतू* नावाच्या महान यक्षाची *त्राटिका* ही कन्या होती. ब्रह्मदेवाच्या वराने झालेल्या या कन्येत हजार हत्तींचे बळ होते. हिचे लग्न *जम्भपुत्र सुंदा*शी करून दिले होते. त्यांना *मारिच* नावाचा पुत्र होता. हे तिघे गंगाकिनाऱ्यावरील *मलद* व *करूष* या समृद्ध जनपदातील लोकांना अत्यंत त्रास देत; तेव्हा अगस्त्यांनी सुंदाला मारले आणि त्राटिकेला राक्षसी बनण्याचा शाप दिला. पुढे श्रीरामांनी त्राटिकेचा वध केला, मारिचाला दक्षिणेकडे समुद्रकिनारी फेकले आणि तो भाग निष्कंटक केला.

त्यानंतर पंचवटीपासून एक योजन अंतरावर अगस्त्यांचा आश्रम असल्याचा उल्लेख मिळतो. श्रीरामांनी चित्रकूट सोडून दक्षिणेकडे प्रस्थान ठेवले. तिथून ते दंडकारण्यात शिरले. होता-होता अगस्त्यांच्या दर्शनासाठी ते अगस्त्यांच्या आश्रमात पोचले. त्या वेळी श्रीराम म्हणतात-

'एष लोकार्चितः साधुर्हिते नित्यं रतः सताम्।
अस्मानाधिगानेष श्रेयसा योजयिष्यति ।।'

(वा. रामायण, अरण्यकाण्ड ११.८७)

(महात्मा अगस्त्य सर्व लोकांकडून पूजित आहेत. ते सज्जनांच्या हितासाठी सदा झटणारे आहेत. त्यांच्याकडे गेल्यावर ते आपल्याला आशीर्वाद देतील व आपले कल्याण करतील.

इथे देवता, गंधर्व, सिद्ध, महर्षी संयमित जीवन व्यतीत करीत अगस्त्यांची उपासना करतात.)

'नात्र जीवेन्मृषावादी क्रूरो वा यदि वा शठः।
नृशंसः पापवृत्तो वा मुनिरेष तथाविधः ।।

(वा. रामायण, अरण्यकाण्ड ११.९०)

(यांचा असा सत्प्रभाव आहे की— या आश्रमात कुणी, कधी खोटे बोलत नाही. क्रूर, शठ, नृशंस किंवा पापाचारी मनुष्य इथे टिकूच शकत

नाही. या आश्रमात पुण्य कमावून कित्येक सिद्धांनी, महात्म्यांनी, महर्षींनी दिव्य शरीर प्राप्त करून सूर्यासारख्या तेजस्वी विमानात बसून स्वर्गाकडे प्रस्थान ठेवले आहे.)

अशा या अत्यंत पुण्यशील, विद्वान, ज्ञानी, तपस्वी अगस्त्य ऋषींनी स्वतः पुढे होऊन श्रीरामांचे स्वागत केले आणि 'माझी फार दिवसांची इच्छा पूर्ण झाली' म्हणत त्यांना हृदयाशी धरले. नंतर त्यांना वैष्णव धनुष्य दिले. धनुष्य स्वतः विश्वकर्म्याने विष्णूंसाठी बनवले होते. त्यात सुवर्ण व रत्ने जडवली होती. ब्रह्मदेवाने दिलेला, सूर्याप्रमाणे तेजस्वी असलेला बाण त्यांनी श्रीरामांना दिला. इंद्राने दिलेले दोन अक्षय भाते दिले आणि सोन्याच्या म्यानात ठेवलेली सुवर्णजडित तलवार देत विजयी होण्याचा आशीर्वादही दिला. त्यावेळी त्या दोघांमध्ये रावणाचा सर्वांना होणारा त्रास व रावणाच्या पारिपत्याबद्दल चर्चा झाली असावी. कारण रावणवधाच्या दिवशी अगस्त्य ऋषींनी श्रीरामांना ब्रह्मदेवाने दिलेल्या बाणाचा वापर करण्यास सांगितले, असा उल्लेख आहे.

त्यांनी श्रीरामांना पंचवटीमध्ये जाऊन पर्णकुटी बांधून राहण्याचा सल्ला दिला. तिथे राहून श्रीराम राक्षसांचा वध व तपस्वी मुनींचे संरक्षण चांगल्या प्रकारे करू शकतील, असा अगस्त्यांना विश्वास वाटला. पुढे श्रीरामांच्या राज्याभिषेकाच्या वेळीही ते अयोध्येमध्ये उपस्थित होते. रावण, इंद्रजित वगैरेंची सर्व ऐतिहासिक माहिती त्यांनी श्रीरामांना दिली होती.

इंद्रियजयी अगस्त्य

अगस्त्य हे इंद्रियजयी होते. त्यांना कधी विवाह करावासा वाटला नाही. पण पितरांच्या आज्ञेवरून त्यांनी विदर्भाची राजकन्या *लोपामुद्रा*शी विवाह केला. ती राजकन्या होती, त्यामुळे तिला राजेशाही राहणीची आवड होती. पण लग्नानंतर सर्व दागिने व मौल्यवान वस्त्रे सोडून द्यावी लागली आणि वल्कले नेसून पर्णकुटीत संसार थाटावा लागला. त्यातून अगस्त्यांचे लक्ष वैवाहिक सुखाकडे मुळीच नव्हते. ते तप, लोकहित यांतच दंग होते, हे लक्षात येते. होता-होता तारुण्य ढळले...तेव्हा लोपामुद्रेने अगस्त्यांना विवाहातील या जबाबदारीची आठवण करून दिली. अगस्त्यांनी पत्नीच्या इच्छेचा मान राखला. पण लोपामुद्रा म्हणाली, "आपण प्रथमच एकत्र येणार, ते अशा

रुक्ष वातावरणात नको. सारा राजेशाही थाट हवा.'' ऋग्वेदामध्ये या संवादाचे वर्णन आले आहे.

मग अगस्त्यांनी कुणा-कुणाकडे धन मागितले. शेवटी इल्वलावर स्वारी करून त्याचे वैभव मिळवले. पत्नीची इच्छा पूर्ण करण्यासाठी अगस्त्यांनी तीन मजली विमान बनवले. आत अनेक दालने, सज्जे वगैरे वगैरे होते आणि राजसुखोपभोगाची सर्व सामग्री सर्वत्र विपुल प्रमाणात उपलब्ध करून दिली. त्या राजवैभवात लोपामुद्रेला पुत्रप्राप्ती झाली. त्याचे नाव *इध्मवाह.* त्याची वैकल्पिक नावे *दृढस्यु, दृढद्युम्न, इन्द्रबाहू* वगैरे होती, असे मत्स्यपुराण सांगते; तर तिला तीन पुत्र झाले– *अय, दृढाम्* व *इध्वमाह*– असे ब्रह्मांडपुराण सांगते. थोडक्यात, ती पुत्रवती झाली; आनंदी, समाधानी, तृप्त झाली.

अगस्त्यांचं समुद्रप्राशन

अगस्त्य खाली-खाली दक्षिणेकडे सरकतच राहिले. राक्षसांचे पारिपत्य करतच राहिले. आर्यसंस्कृतीचा प्रसार करीतच राहिले. दक्षिणेत आतापि, वातापि व इल्वल दैत्यलोकांना खूप त्रास देत. त्यांनी शंकराकडून वर मिळवला होता. त्याचा वापर करून ते लोकांना मारून टाकत. त्यांनी अन्नछत्र घातले. आतापि अन्नरूप घेई, वातापि जलरूप घेई, तर इल्वल जेवायला बोलावी. ब्राह्मण जेवून उठले की, इल्वल त्यांना हाक मारी. ते पोट फाडून बाहेर येत. जेवलेले ब्राह्मण मरून जात.

ही गोष्ट अगस्त्यांच्या कानावर गेली. लगेच ते तिथे जेवायला गेले. आतापि अन्न बनून पोटात शिरला. अगस्त्यांनी शापाने त्याला मारून टाकले. वातापि पाणी बनून शिरला, त्यालाही मारले. इल्वलाने दोघांना हाक मारली, पण ते बाहेर येऊ शकले नाहीत. अगस्त्य हसले व इल्वलाला म्हणाले, ''ये, मी तुला त्यांच्याकडे पोचवतो.'' इल्वल तिथून पळत सुटला, तो थेट समुद्रात घुसला. अगस्त्य त्याच्या पाठोपाठ गेले आणि त्यांनी तीन आचमनांत समुद्र पिऊन टाकला. सागराने आपल्या पोटातील जीवजंतूंना वाचविण्याची विनंती केली. तेव्हा फक्त इल्वलाला मारून त्यांनी मूत्रामार्गे सगळा सागर व जीवजंतू बाहेर सोडले सागराने इल्वलाला आश्रय दिल्याबद्दल शाप दिला की, पर्वणीवाचून तुझ्यात कोणी स्नान करणार नाही. आजही पर्वणीशिवाय समुद्रस्नान पवित्र मानले जात नाही.

ही रूपककथाही असू शकते. अगस्त्य अत्यंत निर्भय व ताकदवान होते. ते काहीही पचवू शकत असत. आज अन्न पचवण्यासाठी खालील मंत्र म्हणतात–

'वातापि भक्षितो येन पितापि च महबलः।
अगस्त्यस्मृतिमात्रेण भुक्तं पीतं तु जीर्यते।।'

(अगस्त्यांचे नुसते स्मरण केले तरी वाताचा वा पित्ताचा त्रास होत नाही आणि खाल्लेले अन्न पचते.)

त्यांच्या निर्भय वृत्तीमुळे ते नेहमी शांत असत. त्यांना झोप उत्तम येई. म्हणून झोप येत नसेल, तर पाच ऋषींची नावे घेतात–

'अगस्त्यो माधवश्चैव मुचकुंदो महामुनिः।
कपिलो मुनिरास्तिकः पञ्चैते सुखशायिनाः।'

झोप येण्यासाठी हा मंत्र म्हणावा, म्हणजे चित्त शांत होऊन शांत झोप लागते. असे सांगितले जाते.

आर्य-द्रविड संस्कृती-समन्वय

ते खाली तमिळनाडूपर्यंत गेले होते. तिथे राहून त्यांनी तमिळ भाषेचे अध्ययन केले. तमिळ भाषेचे पहिले व्याकरण अगस्त्यमुनींनी लिहिलेले आहे. त्यांनी द्रविडांना यज्ञ करायला शिकवले. आर्यांचे विचार ऐकवले. आर्य व द्रविड संस्कृतीचा समन्वय त्यांनी घडवून आणला. त्यामुळे तमिळनाडूमध्ये अगस्त्यांचे नाव फार आदराने घेतले जाते. तिथे त्यांना शिवाचा शिष्य, पारंगत विद्वान, वेदशास्त्रांचा प्रणेता, तसेच अलौकिक शक्तीचा महर्षी मानतात. तमिळनाडूच्या प्राचीन इतिहासात त्यांच्या अनेक कथा सांगितल्या जातात.

असे म्हणतात की– ते यवद्वीप (जावा), वरहतद्वीप (बोर्निओ), सुमात्रा, सयाम इत्यादी देशांतूनही जाऊन आले होते. असेही सांगितले जाते की, भारताच्या दक्षिण तटावरील बेटांवर ते विमानाने हिंडत आणि तेथील जनजीवन सुरक्षित असल्याची खात्री करून घेत. त्यांचा दरारा सर्वत्र होता. राक्षस, चाचे, क्रूर आदिवासी त्यांना भिऊन असत.

इंद्रपदावर नहुष असताना इंद्राणीच्या लोभाने सप्त ऋषींच्या पालखीत बसून इंद्राणीकडे जात असताना, ऋषींवर खेकसणाऱ्या नहुषाला 'तू सर्प होशील' असा शाप अगस्त्यांनी दिला होता. त्याप्रमाणे नहुष तत्काळ सर्प होऊन पृथ्वीवर कोसळला होता आणि इंद्राणी वाचली होती.

इंद्राच्या उपदेशाचे श्रवण करून त्यांनी गायत्री उपनिषदाचे प्रणयन केले, असे मानले जाते.

दक्षिणेत अगस्त्यांच्या नावाशी संबद्ध अशी अनेक क्षेत्रे आहेत. कर्नाटकातील वातापि (बदामी), कूर्गमधले ब्रह्मगिरी, आंध्रमधील द्राक्षारामम्, तंजौर जिल्ह्यातील अगस्त्यम्पल्ली, तिरुनेलवेल्ली जिल्ह्यातले पौदियमलै व अगस्त्यवरम् ही क्षेत्रे विशेष प्रसिद्ध आहेत.

कावेरी नदीची जन्मकथा

मी कूर्ग म्हणजेच कोडगूला गेले होते. तिथे एक वेगळीच कथा ऐकली होती. अगस्त्यांचा वास जेव्हा दक्षिण कर्नाटकात होता– तेव्हा तेथील कविरन्‌ऋषींची लावण्यवती कन्या *कावेरी* त्यांना खूप आवडली. त्यांनी कविरन्‌कडे तिची मागणी केली. कावेरीने लग्नासाठी एक अट घातली– अगस्त्यांनी तिला सोडून कुठेही जायचे नाही. अगस्त्यांनी ती अट मान्य केली. लग्न झाले. दोघांचे काही दिवस सुखात गेले. एकदा भगण्डऋषींशी काही चर्चा करण्यासाठी अगस्त्यांना त्यांच्या आश्रमी जायचे होते. कावेरीला तर एकटीला सोडून जाता येणार नव्हते. त्यांनी कावेरीला जलरूप केले आणि आपल्या कमंडलूमध्ये भरून आपल्याबरोबर घेऊन निघाले. गणपतीला हे बरे वाटले नाही. कावेरी वाहती हवी, या विचाराने पक्ष्याचे रूप घेऊन त्याने कमंडलूवर झडप घातली. कमंडलू खाली पडला व कावेरी वाहू लागली. आज तिथे कावेरीचे मुख चांदीच्या चौकोनी कुंडात दाखवले जाते. तिथून जी कावेरी निघाली, ती आपल्या दोन्ही तीरांवरील प्रदेश सुपीक व रमणीय करीत पुढे समुद्राला मिळाली.

याचा अर्थ, कावेरीच्या काठी अगस्त्यांचे काही दिवस वास्तव्य असणार. नदीचा प्रवाह वाहता करण्यासाठी त्यांनी परिश्रम घेतले असणार. त्या सर्व घटनांवर ही रूपककथा कूर्गमध्ये जन्मली असणार.

परवा तुकाराममहाराजांची शिष्या बहिणाबाईंचे चरित्र वाचत होते. बहिणाबाई वेरुळजवळील देवगावच्या. तिथे अगस्त्यांचा चार महिने वास होता. त्यांनी तिथे एक सरोवर बनवले. आज ते सरोवर पाप नाहीसे करणारे तीर्थ बनले आहे.

श्री. पाठक म्हणून एक सिव्हिल इंजिनिअर सांगत होते की, भंडारा धरणाजवळ अकोले नावाचे गाव आहे. तिथे अगस्त्यांचा काही दिवस वास होता. आज तिथे त्यांची मूर्ती आहे आणि तिथे 'जय अगस्ती' म्हणूनच सर्व कार्यांचा शुभारंभ होतो. शाळा, कॉलेज, दुकाने वगैरेंना अगस्त्यांचे नाव दिलेले आहे.

कोल्हापुरी म्हणजे करवीर क्षेत्री अगस्त्य व लोपामुद्रा यांचे वास्तव्य होते. अंबाबाईच्या मंदिरपरिसरात त्या दोघांच्या मूर्ती आहेत. भक्त त्यांचे दर्शन अवश्य घेतात.

थोडक्यात, विंध्य ओलांडून खाली आल्यावर अनेक ठिकाणी त्यांनी वास केला. तेथील जनजीवन सुरक्षित व सुखावह व्हावे, यासाठी कष्ट घेतले. तेथील लोक आजही त्यांचा आदराने व कृतज्ञतेने आठव करतात. ऋग्वेदातील सूक्तांचे द्रष्टे, गायत्री उपनिषदाचे कर्ते (प्रसिद्ध गायत्री मंत्र नव्हे, तर अन्य गायत्री मंत्र), विंध्याला झुकवणारे, राक्षसांवर दहशत बसवून सर्व दक्षिण भाग व किनाऱ्यांजवळील बेटे सुरक्षित ठेवणारे, तमिळचे व्याकरण लिहिणारे, मूर्तिकलेवर ग्रंथ लिहिणारे, नहुषाला शाप देऊन इंद्राणीला वाचवणारे, इंद्रियांवर जय मिळवणारे, निर्भय असे अगस्त्य ऋषी भारतीय संस्कृतीतील तेजस्वी तारा आहेत. अगस्त्यांचा तेजस्वी ठळक तारा आजही आकाशात तळपतो आहे.

⌘

ऋषी जमदग्नी

कोणत्याही शीघ्रकोपी माणसाला आपण 'जमदग्नीचा अवतार' म्हणतो. पूज्य पांडुरंगशास्त्री आठवले म्हणतात, की जमदग्नी ऋषींना अन्याय, अज्ञान, अनारोग्य यांच्याबद्दल राग होता; चीड होती. त्यामुळेच त्यांनी लोकांचा उद्धार केला. त्यामुळे त्यांचा कोप दुर्गुणांबद्दल असल्यामुळे स्तुत्य होता. ते काहीही असो; जमदग्नी धगधगत्या अग्नीसारखे तेजस्वी होते, हे मात्र निश्चित.

प्रत्येक मन्वंतरातील सप्तर्षी वेगवेगळे असतात. ज्यांनी महान कार्य केले आहे, त्यांचे चिरस्मरण राहावे म्हणून त्यांना सप्तर्षींमध्ये घेतले जाते. वैवस्वत मन्वंतरातील (कृतयुग, त्रेता युग, द्वापार युग आणि कलियुग ही चौकडी. अशा ७१ चौकड्या मिळून एक मन्वंतर. मन्वंतरे मनूंच्या नावाने आहेत. सध्या वैवस्वत मन्वंतर सुरू आहे.) सप्तर्षींमध्ये जमदग्नींचा समावेश आहे. आपल्याला जमदग्नी माहीत आहेत ते क्रोधी-तापट म्हणून. समर्थ रामदास हे जमदग्नींच्या गोत्रातील. तेही म्हणतात –

'महाकोप अग्नी, ऋषी जमदग्नी ।
समर्था तया जाणिजे सर्व सुज्ञी ।।

जमदग्नींची जन्मकथा

विश्वामित्रांबद्दल माहिती घेताना जमदग्नींच्या माता-पित्यांचा उल्लेख येऊन गेलेला आहे. ती कथा अशी आहे : पुरुरवाच्या वंशातील कुशाम्बू राजाचे पुत्र गाधी. नवसासायासांनी झालेली लावण्यसंपन्न कन्या *सत्यवती* ही जमदग्नींची माता व भृगुकुलातील श्रेष्ठ *ऋचिक* ऋषी त्यांचे पिता. ऋचिक ऋषी हे भृगुपुत्र *च्यवन* ऋषी व मनूची कन्या *आरुषी* यांचे सुपुत्र. आईची मांडी फाडून ते बाहेर आले, म्हणून यांना *और्व* असेही नाव मिळाले. ऋचिक ऋषींनी तारुण्यात पदार्पण केलेल्या सत्यवतीला पाहिले आणि गाधीराजाकडे तिची मागणी केली. गाधीराजाने त्यांना 'नाही' म्हणण्याऐवजी एक सहस्र श्वेत अश्व– ज्यांचा एक कान काळा आहे असे– आणून देण्यास सांगितले. ऋचिकांनी ही अशक्य वाटणारी अट पूर्ण केली. पुराणे म्हणतात– वरुणाने त्यांना हे अश्व दिले. पूज्य पांडुरंगशास्त्री म्हणतात की, त्यांचे गंगातीरावरील कार्य इतके प्रभावी होते की, तेथील लोकांनी हे अश्व मिळवून दिले. काहीही असो; ऋचिक व सत्यवती यांचा विवाह झाला. सत्यवतीने पुत्रप्राप्तीची इच्छा पतीकडे व्यक्त केली. ऋचिकांचा प्रभाव माहीत असल्यामुळे सत्यवतीच्या आईने तिलाही पुत्रप्राप्ती व्हावी यासाठी लेकीला– सत्यव्रतीला ऋचिकांना गळ घालण्यास सांगितले. ऋचिकांनी भात शिजवला. त्याचे दोन चरू तयार केले. औषधांनी व मंत्रांनी त्यांना अभिमंत्रित केले आणि सत्यवतीकडे दोन्ही चरू दिले. (चरू म्हणजे शिजवलेल्या भाताचा मोठासा लाडू). त्यांतील एक तिच्या आईसाठी होता, तर दुसरा तिच्यासाठी होता. सत्यवतीने अत्यंत आनंदाने आईचा चरू दिला; पण आईच्या मनात विकल्प आला. तिला वाटले की, जावयाने आपल्या बायकोसाठी विशेष चरू बनवला असणार. तिने लाडीगोडीने बोलून लेकीचा चरू हस्तगत केला आणि तिला आपला चरू दिला.

काही विशेष झाले असे सत्यवतीला वाटले नाही. पण ऋचिकांकडे तिने ही गोष्ट काढली, तेव्हा ते म्हणाले, ''तू घोटाळा केलास, तुझ्या आईचा चरू क्षात्रतेजाचा होता व तुझा ब्रह्मवेत्त्याचा होता. आता तुला लढणारा, राग येणारा, दंड करणारा पुत्र होईल.'' हे ऐकून सत्यवती रडू लागली. ती म्हणाली, ''मला ब्रह्मवेत्ता पुत्रच हवा– काहीही करा.'' ऋचिक म्हणाले, ''मंत्र वाया जात नाही. मी जास्तीत जास्त त्याचा प्रभाव लांबवू शकतो. तुझा नातू या स्वभावाचा होईल.''

त्याप्रमाणे नातू म्हणजे परशुराम तशा स्वभावाचे निघाले. त्यांनी युद्ध केले, पृथ्वी नि:क्षत्रिय करून नंतर कश्यपांना सर्व पृथ्वी दान केली आणि आपण समुद्राला मागे हटवून, जमीन मिळवून कोकणची स्थापना केली.

या ऋचिक आणि सत्यवतीचा पुत्र म्हणजे *जमदग्नी.* अग्नीप्रमाणे तेजस्वी. विश्वामित्र त्यांचे मामा लागतात. यांच्या नावाचा अर्थ 'ज्ञानरूपी नेत्र' असा सांगितला जातो. तर महाभारत म्हणते की, अग्निज व जितलोक असल्यामुळे यांना जगदग्नी म्हणत असत.

ऋग्वेदातील काही सूक्ते जमदग्नींच्या नावावर आहेत. विद्यावाचस्पती अभ्यंकर सांगतात की– ऋग्वेदातील तिसऱ्या, आठव्या, नवव्या व दहाव्या मंडलांत त्यांची सूक्ते आहेत. अश्विनीकुमार, मित्रा-वरुण, इन्द्र, पवमान-सोम वगैरेंची स्तुती करणारी सूक्ते त्यांनी रचली आहेत. महादेवशास्त्रींच्या भारतीय संस्कृतिकोशांत म्हटले आहे की– अग्नीत आहुती देताना त्यांना तुपाने माखावे व 'स्वाहा' म्हणून अग्नीत टाकावे, हे त्यांनी सांगितले

तिसऱ्या मंडलातील बासष्टाव्या सूक्तात ते म्हणतात, ''हे इंद्रा व मित्रा-वरुणांनो, माझ्या ध्यानभक्तीवर आपण प्रसन्न व्हा. तुमची कीर्ती अपार आहे. केवळ भक्तिपूर्वक केलेल्या प्रणिपाताने आपण संतुष्ट होता. जमदग्नींच्या स्तवनाने प्रसन्न होऊन सद्धर्माच्या निवासस्थानी तुम्ही विराजमान व्हा.''

दहाव्या मंडलातील ११०वे सूक्त *आप्रीसूक्त* म्हणून ओळखले जाते. ते अतिशय काव्यमय आहे. जमदग्नींचा हा विशेष गुण या सूक्तात दिसून येतो.

ज्ञानवृद्ध महर्षी

एक वयोवृद्ध आणि ज्ञानवृद्ध महर्षी म्हणून यांना ऋग्वेदांनी गौरविले आहे. विश्वामित्रांचे भाचे असल्यामुळे काही काळ कदाचित् त्यांनी वसिष्ठ कुळाला विरोध केला असेल. सुदासराजाच्या यज्ञसत्रात झालेल्या तत्त्वचर्चेत वसिष्ठपुत्र शक्तीने विश्वामित्रांचा वादात पराभव केला. ते पाहून जमदग्नींनी सूर्याची उपासना केली, त्याच्याकडून 'ससर्परी विद्या' (संभाषणकौशल्य) प्राप्त केली आणि ती त्यांनी विश्वामित्रांना शिकवली. पण जमदग्नींनी असे हे काही कायमचे मनात ठेवले नाही. हरिश्चंद्राच्या राजसूय यज्ञात विश्वामित्र, वसिष्ठ व जमदग्नी तिघेही होते. ब्रह्मा व अध्वर्यू झाले होता. *(ऋग्वेदाचा प्रतिनिधी 'होता' अथर्ववेदाचा प्रतिनिधी 'ब्रह्मा' व यजुर्वेदाचा प्रतिनिधी अध्वर्यू असतो.)*

वैदिक वाङ्मयात त्यांचा उल्लेख एक विद्वान आचार्य म्हणून येतो. रामायणातही त्यांचा उल्लेख आहे. बालकांडातील पंचाहत्तराव्या सर्गामध्ये विश्वकर्म्याने बनवलेले दृढ धनुष्य विष्णूंकडे होते. ते त्यांनी भृगुवंशी ऋचिक मुनींकडे ठेव म्हणून ठेवले. पुढे ते त्यांनी आपला पुत्र जमदग्नी याला दिले व त्यांनी ते परशुरामांना दिले. श्रीरामांच्या विवाहानंतर परशुरामांनी याच धनुष्याला प्रत्यंचा लावण्याचे आव्हान श्रीरामचंद्रांना दिले होते.

जमदग्नींचे अध्ययन झाले. ते वेदांत, तसेच धनुर्विद्येतही पारंगत होते. वडिलांकडून मिळालेले बुद्धिवैभव व चरूच्या प्रभावाने धनुर्विद्या-पारंगतता त्यांना प्राप्त झाली असावी. पण त्यांनी कुठे युद्ध केल्याचा उल्लेख सापडत नाही. ते धनुर्विद्येचा सराव एक खेळ म्हणून करीत असत.

अशी आख्यायिका आहे, की एकदा धनुर्विद्येचा सराव करीत असताना त्यांची पत्नी रेणुका त्यांनी मारलेले बाण परत आणून देत होती. होता-होता माध्यान्हीची वेळ झाली, पण जमदग्नींचा खेळ चालूच होता. रेणुका दमली व एका वृक्षाखाली विश्रांतीसाठी टेकली. जमदग्नी तिला शोधत तिथे आले. सूर्याने माझ्या पत्नीचे मुख कोमेजून टाकले, हे बघून त्यांनी सूर्यावर बाण रोखला. सूर्याने त्यांना दर्शन दिले व सांगितले, ''तापवणे हे माझे कर्तव्य आहे. माझा नाइलाज आहे; पण मी ही छत्री व ही पादत्राणे देतो. त्यांनी माझ्या तापापासून रक्षण करता येईल.'' अशा रीतीने छत्री व पादत्राणे त्यांना मिळाली. पुढे ती सर्वत्र प्रचारात आली. त्याबरोबरच सूर्याने 'मी तुमच्या पोटी पुत्र म्हणून जन्मेन', असेही सांगितले. त्यांचा प्रथम पुत्र *रूमण्वान* हा सूर्याचा अवतार होता.

पूज्य पांडुरंगशास्त्री आठवले म्हणतात, की त्याकाळी समाजात खूपच सुधारणा झाली होती. वैज्ञानिक प्रगतीही खूपच झालेली होती. तेव्हा त्या समाजाला छत्री व पादत्राणे माहिती नसतील, असे वाटत नाही. आध्यात्मिक मंडळींनी यांचा वापर करू नये, अशा काही समजूती असतील; त्या जमदग्नींनी दूर केल्या असतील. शरीराला विनाकारण कष्ट देणे म्हणजे अध्यात्म व परमार्थ नाही, हा मुद्दा त्यांनी समाजाला पटवला असेल. ऋग्वेदातील त्यांच्या सूक्तांतही त्यांनी भक्तिभावनेवर भर दिलेला दिसून येतोच.

पूज्य पांडुरंगशास्त्री आठवले सांगतात, की जमदग्नींनी नर्मदाकिनारी तपस्या केली. नर्मदेच्या तीरांवरील लोकांचा त्यांनी उद्धार केला. सुसंस्कृत, स्वत:वर

संयम ठेवणारा जागृत समाज त्यांनी घडवला. नंतर ते गंगाकिनारी गेले आणि तिथेही त्यांनी प्रचंड जनजागृती केली.

पुढे त्यांनी विवाह केला. इक्ष्वाकू वंशातील रेणूराजाची कन्या *रेणुका* हिचे स्वयंवर होते. राजाने कन्याकामेष्टी यज्ञ करून प्रसादरूपाने हिला प्राप्त केले होते. ही अत्यंत तेजस्वी कन्या होती. म्हणून तिने राजे व राजकुमारांना सोडून तेजस्वी जमदग्नींना पती म्हणून स्वीकारले. राजवैभवाचा त्याग करून जमदग्नींच्या आश्रमात रेणुका राहायला आली. पतीच्या जीवनशैलीचा स्वीकार करून त्यांच्या कार्यात तिने मनोभावे साह्य केले. जमदग्नींचे आश्रम भारतात ठिकठिकाणी होते. पुढे ते खाली कर्नाटकात सौंदत्तीजवळ स्थिरावले. मलापहारिणी (मलप्रभा)च्या तीरावर त्यांचा रम्य आश्रम होता. त्यांच्याकडे कामधेनू होती, त्यामुळे कसलीच कमतरता नव्हती. कर्नाटकची सुपीक भूमी फुला-फळांनी बहरलेली होती. अतिशय रम्य आश्रम होता. ते गुरुकुल चालवीत होते, त्यामुळे तिथे शिष्यांचा वास होता. विद्वान, श्रेष्ठ आचार्य तिथे चर्चेसाठी जमत असत.

या दांपत्याला एकूण पाच मुले झाली. त्यांची नावे *रुमण्वान, सुषेण, वसुमन्, विश्वावसू* व *परशुराम* अशी होती. जमदग्नी हे शिवावतार होते व माता रेणुका ही मूलशक्ती-आदिशक्ती होती. ज्या वेळी सूर्याने जोडा व छत्री दिली होती; त्या वेळी 'मी तुमच्या पोटी पुत्र म्हणून जन्माला येईन', असे सूर्याने सांगितले होते. त्यांच्या घरी अग्निहोत्र होते म्हणून अग्नी त्यांच्या पोटी आला होता आणि जाज्वल्य क्षात्रतेज घेऊन भगवान विष्णू परशुरामरूपाने पोटी अवतरले होते. असे एकंदर जमदग्नींचे कुटुंब हे तेजोराशी कुटुंब होते. प्रत्यक्षात भगवंतांना तिथे जन्म घ्यावासा वाटला, यातच त्या दोघांचे श्रेष्ठत्व सिद्ध होते.

जमदग्नींचा क्रोध

अशा रीतीने मलापहारिणी नदीच्या किनारी आपल्या पुत्रांसह जमदग्नी व रेणुकामाता राहत होते. एकदा फळे, कंदमुळे, समिधा वगैरे आणण्यासाठी मुले वनात गेली होती. माता रेणुका स्नान करून पाणी आणण्यासाठी नदीवर गेली होती. परत येताना नदीपात्रात मार्तिकावत देशाचा राजा चित्ररथ हा गळ्यात कमळांची माळ घालून आपल्या पत्नीबरोबर जलक्रीडा करीत होता. त्यावर तिची दृष्टी पडली. महाभारत सांगते की, ती क्रीडा बघून ती मोहित झाली व तिथे थबकली. थोड्या वेळाने भानावर येऊन ती आश्रमाकडे गेली. राजकन्या

असताना लग्नापूर्वी तिने अनेक वेळा जलक्रीडा केली असणार, त्याची तिला आठवण झाली असावी.

आश्रमात तिने प्रवेश करताच तिच्या मनाची चलबिचल जमदग्नींना समजली आणि त्यांना अतिशय क्रोध आला. त्यांनी पत्नीची निर्भत्सना केली. त्याच वेळी ज्येष्ठ पुत्र रुमण्वान तिथे आला. जमदग्नींनी त्याला रेणुकेचा शिरच्छेद करण्याची आज्ञा केली, पण तो त्या आज्ञेचे पालन करू शकला नाही. पाठोपाठ सुषेण, वसुमन् व विश्वावसू आले. त्यांनीही मातेचा वध करण्यास नकार दिला. त्या चौघांना जमदग्नींनी शाप दिला आणि ते पशुवत् जडमूढ झाले. ते मेले, असेही काही पुराणांत म्हटले आहे.

नंतर परशुराम आले. त्यांनाही जमदग्नींनी तशी आज्ञा केली. परशुरामांनी आपल्या परशूने आईचा तत्काळ शिरच्छेद केला. जमदग्नींचा क्रोध शांत झाला. त्यांनी प्रसन्न होऊन पुत्राला वर मागायला सांगितले. परशुरामांनी आपल्या मातेला व बंधूंना तत्काळ जिवंत करण्यास सांगितले आणि त्यांना या घटनेचे विस्मरण व्हावे, असा वर मागितला. जमदग्नींनी तसा वर दिला. त्याप्रमाणेच पुत्राला युद्धात अजिंक्य होण्याचा व दीर्घायुषी होण्याचाही वर दिला.

पण या प्रसंगामुळे जमदग्नींना आपल्या क्रोधाचा दुष्परिणाम कळला असणार. कारण त्यानंतर त्यांनी क्रोधावर विजय प्राप्त केला आणि नंतर क्रोध येण्यासारखे प्रसंग घडले, तरी त्यांना क्रोध आला नाही. त्याचे दुष्परिणामही भोगावे लागले नाहीत. एकंदर अतिक्रोध येणे वाईटच. त्यामुळे माणूस विवेकहीन बनतो. पण त्याचप्रमाणे क्रोध अगदीच न येणेही वाईटच. अन्यायाचा-अत्याचाराचा क्रोध यायला हवा. त्याचा प्रतिकार करायला हवा. दोन्हीही टोके वाईटच.

कार्तवीर्याने काढलेली कुरापत

या प्रसंगानंतर महिकावती वा महिष्मती नगरीचा राजा अर्जुन हा शिकारीसाठी निघाला होता. तो जमदग्नींच्या आश्रमात आला. हा हैहय वंशात जन्मलेला होता. तो दत्तात्रेयांचा उपासक होता. त्यांच्याकडून त्याने सहस्रबाहू प्राप्त करून घेतले होते. तो अतिशय समर्थ व प्रभावशाली राजा होता. कृतवीर्याचा पुत्र म्हणून हा *कार्तवीर्य* नावानेही प्रसिद्ध आहे. याला जन्मत: हात नव्हते, म्हणून दत्तांकडून याने हजार हात मागून घेतले होते. याचा प्रभाव इतका जबरदस्त होता की, आजही दूर गेलेले माणूस परत येण्यासाठी, हरवलेली गोष्ट सापडण्यासाठी

किंवा हरवलेले जनावर परत मिळावे म्हणून याचे स्मरण करतात.

कार्तवीर्यार्जुनो नाम राजा बाहु सहस्रवान् ।

तस्य स्मरणमात्रेण गतं नष्टं च लभ्यते ।।

पूज्य पांडुरंगशास्त्री म्हणतात की, हा प्रातःस्मरणीय राजा होता. त्याच्याजवळ अतुल संपत्ती, इंद्रियांचे अपार बळ, तेजस्विता, वीरता, कीर्ती, सर्व सिद्धी होत्या. याने जलक्रीडा करताना हजार हातांनी नर्मदा अडवली होती. त्यामुळे नदीचे पाणी पाठी वळले. तीरावर रावणाचे शिबिर होते. रावणाच्या शिबिरात पाणी घुसले, तसा रावण त्याला रागवायला निघाला; पण त्याने रावणाला सहजपणे पकडून माकडाप्रमाणे कैदेत टाकले होते. रावणाच्या वडिलांनी, पुलस्त्यांनी येऊन विनंती केली, म्हणून त्याने रावणाला सोडले होते.

तो जनहित पाही, पण त्याने कुणाजवळ शस्त्रे राहू दिली नाहीत. 'मी सर्वांचे संरक्षण करीन' असे त्याचे म्हणणे. पूज्य पांडुरंगशास्त्री सांगतात की, कार्तवीर्य अर्जुन व जमदग्नी हे दोन विचारांचे प्रतिनिधी होते. हा लोकहितकारी राजसत्तेवर विश्वास ठेवणारा, तर जमदग्नी स्वनियंत्रित परिपक्व माणसांचा राजाविहीन समाज बनवणारे. कार्तवीर्य अर्जुनाला हे सहन झाले नाही. मग कुरापत काढून त्याने युद्ध ओढवून घेतले.

अन्य ठिकाणी म्हटले आहे की, अर्जुन हा अतिशय अहंकारी व दुसऱ्याला किंमत न देणारा होता. शिकारीला तो मलप्रभेच्या तीरावर ससैन्य आला. आश्रमात गेला असता, जमदग्नींनी त्याचे सैन्यासह आदरातिथ्य केले. विचारपूस करता, आश्रमातील कामधेनूमुळे हे शक्य झाले, हे कळल्यावर सहस्रबाहू अर्जुनाने ती कामधेनू मागितली. जगातील सर्व उत्तम गोष्टी आपल्याकडे असल्या पाहिजेत, ही त्याची प्रामाणिक समजूत होती. जमदग्नींनी 'नाही' म्हणताच त्याने तिला खेचत, फरफटत आपल्या राजधानीकडे चालवली. जमदग्नींना आता राग येत नव्हता. त्यांनी प्रतिकार केला नाही.

पण रेणुकाने पुत्राला साद घालत शोक सुरू केला. परशुराम स्मार्तगामी असल्यामुळे तत्काळ आईजवळ आले. त्यांना हा प्रसंग समजताच त्याच पावली जाऊन महिकावतीत शिरणाऱ्या सहस्रबाहू अर्जुनाशी व त्याच्या सैन्याशी एकट्याने युद्ध करून– त्या युद्धात अर्जुनाचे हात कापून, त्याचा शिरच्छेद करून ते आश्रमात गाय घेऊन परतले. जमदग्नींनी पुत्राला सांगितले,''तू हे बरे केले नाहीस. तू तीर्थयात्रा करून पाप धुऊन घे.''

कार्तवीर्य अर्जुनाच्या पुत्रांनी याचा बदला घेण्याचे ठरवले. युद्धातून त्यांनी पळ काढला होता. पण परशुराम आश्रमात नाही, असे पाहून त्यांनी येऊन जमदग्नींवर एकवीस वार करून त्यांचा वध केला. परशुराम आल्यावर त्यांना हा प्रसंग कळला. उलटपावली जाऊन त्यांनी त्या सर्व पुत्रांना मारले. यज्ञ करून पाप धुऊन ते आईजवळ आले. माता रेणुका म्हणाली, "या क्षत्रियाने तुझ्या पित्याला मारले, तू अशा क्षत्रियांचे पारिपत्य कर. तुझ्या वडिलांना कुमारी भूमीवर अग्नी देऊ." कुमारी भूमी म्हणजे कुठल्याही राजाच्या आधिपत्याखाली नसलेली भूमी.

सर्व जण जमदग्नींचे कलेवर घेऊन कुमारी भूमी शोधत निघाले. ते माहूरगडी आल्यावर थांबले. तिथे दत्तात्रेयांनी जमदग्नींवर अग्निसंस्कार केले. माता रेणुका सती गेली, पण परशुरामांना रडताना पाहून परत आली. जमदग्नींना दिव्य शरीर प्राप्त झाले. देवांनी त्यांचे स्वागत केले आणि त्यांना सप्तर्षींमध्ये स्थान दिले.

आज सौंदत्तीपासून माहूरगडापर्यंत त्यांच्या यात्रेच्या खुणा जागोजाग दिसतात. कर्नाटकात यल्लम्मा म्हणून माता रेणुकेची पूजा केली जाते. यल्लम्मा म्हणजे सर्वांची आई– जगदंबा!

अक्कलकोटला जमदग्नींचा आश्रम होता. त्याच्या खुणा तिथे मिळतात, असे संस्कृतिकोश सांगतो. त्यांचे आश्रम ठिकठिकाणी होते. तिथे त्यांचे नाव आजही घेतले जाते.

क्रोधाच्या भरात पत्नीला मारण्याची आज्ञा देण्याव्यतिरिक्त त्यांच्या क्रोधाचे पुरावे कुठे दिसत नाहीत. तशा काही दंतकथाही अस्तित्वात नाहीत. मग ते कोपिष्ट म्हणून का प्रसिद्ध आहेत? कीर्तवीर्य अर्जुनाचा वध केल्यावर पुत्राला 'ब्राह्मणाचे काम क्षमा करण्याचे आहे; दंड देण्याचे नाही' असे सांगणाऱ्या ऋषींना रागीट का समजले जाते, ते कळत नाही.

पण एकंदर विचार केला तर; अत्यंत विद्वान, तपस्वी, आश्रमाचे कुशल अधिपती असेच त्यांचे चित्र दिसते. आपल्या पतिव्रता पत्नीचा त्यांना सार्थ अभिमान होता. आज यल्लम्मा, एकवीरादेवी, माहूरगडवासिनी म्हणून सर्वत्र तिचा उदो-उदो होत आहे. त्यांच्या पत्नीने त्यांना आयुष्यात अत्यंत उत्तम साथ दिलेली आहे. असे हे परशुरामाचे वडील ऋषी जमदग्नी!

ऋषी अत्री

'अत्री सर्वांशी मैत्री' असे म्हणतात. त्यांना प्रतिसूर्य म्हणत. 'अत्रिन्' म्हणजे अग्नी. ऋषी अत्री तेजाचे उपासक होते. विज्ञाननिष्ठ होते.

सप्तर्षींमध्ये अत्रींचा समावेश होतो. स्वयंभू मन्वंतरात अत्री हे ब्रह्मदेवाच्या नेत्रापासून जन्मले, अशी कथा आहे. ब्रह्मदेवाचे हे मानसपुत्र. कर्दम प्रजापतींची कन्या *अनसूया* ही त्यांची पत्नी.

बृहद्देवतेत त्यांची जन्मकथा अशी आली आहे–

प्रजापतींनी सर्व साध्यदेवांसह *त्रिसंवत्सर* नावाचे सत्र आरंभले होते. *(सत्र म्हणजे अनेक दिवस चालणारा यज्ञ. इथे त्रिसंवत्सर शब्दावरून तो तीन वर्षे चालणारा यज्ञ असावा, असे वाटते.)* तिथे वाग्देवी प्रत्यक्ष देह धारण करून आली होती. प्रजापती व वरुणांना तिचे आकर्षण वाटले. त्यांच्या वीर्यापासून अग्निज्वालेतून *भृगू* व निखाऱ्यातून *अंगिरस* असे दोन पुत्र जन्माला आले. ती दोन मुले पाहून वाग्देवीला खूप आनंद झाला आणि तिने आणखी एक पुत्र द्यावा, म्हणून प्रजापतींकडे इच्छा व्यक्त केली. प्रजापतींनी प्रतिसूर्याप्रमाणे तेजस्वी असा तिसरा पुत्र म्हणजे *अत्रीं*ना उत्पन्न केले.

थोडक्यात, ते अयोनिसंभव व सूर्याप्रमाणे तेजस्वी असे ऋषी होते. ऋग्वेदातील पाचवे मंडल अग्निमंडल म्हणून ओळखले जाते. पाचव्या मंडलात

अत्रींची व अत्रिकुलातील ऋषींची सूक्ते प्रविष्ट केलेली आहेत. अग्नीची स्तुती करणारे पाचव्या मंडलातील दुसऱ्या सूक्तात असे म्हटले आहे :

'दुष्टांनी मृत्युलोकी डांबून ठेवलेल्या लोकाधिप आणि लोकाधार अग्नीला अत्रिऋषींची स्तोत्रे विमुक्त करोत.' (५.२.६) त्यांनी केलेल्या प्रार्थनेला अग्नी मान देत होता, एवढा त्यांचा प्रभाव होता.

या सूर्याला स्वर्भानू म्हणजेच राहूच्या कचट्यातून त्यांनी इंद्राच्या साह्याने सोडवले होते. याचा उल्लेख पाचव्या मंडलातील ४० व्या सूक्तात मिळतो. सूर्याला ग्रहण लागले व सर्वत्र अंधार झाला. लोक घाबरून गेले.

'यत् त्वा सूर्य स्वर्भानुस्तमसा विध्यदासुरः ।
अक्षेत्रविद् यथा मुग्धो भुवनान्यदीधयः ।।'

हे सूर्या, अंधकाररूपी स्वर्भानू असुराने तुला ग्रासताच मनुष्यमात्र वेड्यासारखे झाले. आपण कुठे आहोत, हेच त्यांना समजेना. त्यामुळे अत्री व इंद्राने त्या सूर्याची सुटका करून जगाला वाचवले.

ते चांगले गणिती होते. त्यांनी सूर्यग्रहणाचे गणित केले होते. इतकेच नाही, तर 'तुरीय' यंत्रातून त्यांनी ग्रहणामधील सूर्याचे निरीक्षणही केले होते. म्हणजे, त्या यंत्राची त्यांना पूर्ण माहिती होती आणि त्या काळी विज्ञान एवढे प्रगत होते; ही गोष्टही त्या निमित्ताने ध्यानात येते.

'स्वर्भानूचे आकाशीय कपट नष्ट करणाऱ्या हे सामर्थ्यसंपन्न इंद्रा, व्रतभ्रष्ट अंधःकाराने त्रस्त झालेला सूर्य अत्रिऋषींनी तुरीय यंत्राच्या साह्याने आकाशात पाहिला. सूर्य म्हणतो, ''हे अत्रे, वरुणराजा व तू मिळून माझे रक्षण करा. दुष्ट स्वर्भानू दैत्याच्या पीडेपासून तुम्ही माझे कायमचे रक्षण करा.'' स्तोत्रवेत्त्या आणि सोमनिष्पादक अत्रिऋषींनी देवांची आराधना करून स्वर्भानू दैत्याचा नाश केला. त्यांनी पृथ्वीनेत्र सूर्याची पुन्हा एकवार अंतरिक्षात स्थापना केली. अंधःकारमार्गे सूर्याला त्रस्त करणाऱ्या स्वर्भानूला अत्रिऋषींनी शोधून काढले. अन्य कोणीही हा पराक्रम करू शकले नाही.

इंद्राची स्तुती करणारी अनेक सूक्ते यांची आहेत. पाचव्या मंडलातील ३७ व्या सूक्तात ते म्हणतात, ''इंद्राच्या सोमनिष्पादक भक्ताला योगक्षेमकाळी भरभराट आणि युद्धकाळी सुयश प्राप्त होते. अहर्निश विजयाने तो सूर्याला आणि अग्नीला प्रिय होतो.''

३८ व्या सूक्तात म्हणतात, ''हे ऐश्वर्यप्रदानेच्छु, वृत्रहंत्या आणि सामर्थ्यसंपन्न इंद्रा... तू आम्हाला संपत्ती प्रदान कर. हे पराक्रमी, शूर आणि स्तोत्रस्तुत इंद्रा– तू आम्हास सौख्य आणि संरक्षण प्रदान कर.''

यांच्या नावाचा अर्थ असा सांगतात की– 'अद्' म्हणजे भक्षण करणे या धातूवरून 'अत्रि' नाव बनले आहे. *अत्रिन्* म्हणजे अग्नी. तो सर्वभक्षी असतो. हे अग्निपूजक पुरोहित म्हणून 'अत्रि' म्हटले गेले असावेत. 'अद्' धातूचा दुसरा अर्थ आहे नाश करणे. यांनी स्वर्भानूचा (राहूचा) कपटप्रयोग नष्ट केला, म्हणून हे 'अत्रि' म्हणून प्रसिद्ध झाले असावेत.

महाभारतात अनुशासनपर्वातील ९३ व्या अध्यायातील ८२ व्या श्लोकात यातुधानीला आपल्या नावाचा अर्थ सांगताना अत्रि म्हणतात,

अरात्रिरत्रिः सा रात्रिर्यां नाधीते त्रिरध वै।
अरात्रिरत्रिरित्येव नाम मे विद्धि शोभने । (अनुशासन ९३.८२)

''हे कल्याणी, काम आदी शत्रूंपासून रक्षण करणाऱ्याला 'अरात्रि' म्हणतात आणि 'अत्' म्हणजे मृत्यूपासून रक्षण करणाऱ्याला 'अत्रि' म्हणतात. असा मी अरात्रि व अत्रि आहे. जोपर्यंत जीवाला परमात्म्याचे ज्ञान होत नाही, तोपर्यंतचा काळ हा 'रात्रि' असतो. मी परमात्म्याला जाणणारा म्हणून 'अरात्रि' म्हणजेच 'अत्रि' आहे. सर्व प्राणिमात्र ज्याला जाणू शकत नाहीत, त्या परमात्मतत्त्वात मी सदैव जागृत असतो. म्हणून मी 'अरात्रि' व 'अत्रि' नाव धारण करतो.''

थोडक्यात, अत्यंत तेजस्वी व आत्मज्ञानी असणारे ऋषी म्हणजे अत्रिऋषी.

अत्रींच्या विनंतीला मान देऊन इंद्राने गाईंचे गोठे मुक्त केले. हे अतिशय लोकप्रिय महर्षी होते. (अत्री गोत्रातील लोक सर्वांशी मैत्री करतात, ते यामुळे असू शकेल.) तपश्चर्या करून हे जेव्हा क्षीण झाले, तेव्हा अश्विनीकुमारांनी यांचा ताप शांत केला. अश्विनीकुमारांनी यांना वेळोवेळी साह्य केलेले आहे. असुरांनी यांना व यांच्या परिवाराला पकडून गुहेत कैद करून ठेवले आणि भोवती अग्नी प्रज्वलित करून यांचे हाल केले; तेव्हा यांनी अश्विनीकुमारांचा धावा केला व त्यांनी येऊन यांना संकटमुक्त केले, असा उल्लेख ऋग्वेदातील पहिल्या मंडलातील ११६ व्या सूक्तात मिळतो.

"हे अश्विनीकुमारांनो, अग्निकुंडात दग्ध होणाऱ्या अत्रिऋषींची शरीरपीडा शीतल उपचारांनी व पुष्टिकारक अन्नाने तुम्ही बरी केलीत आणि त्यांच्या कुटुंबाचे कल्याण केलेत."

तर ११८व्या सुक्तात म्हटले आहे की– "हे अश्विनीकुमारांनो, पीडायंत्रात टाकलेला तरुण अत्रीचा ताप नाहीसा करून तुम्ही त्याला अन्न व सुख प्रदान केलेत."

अत्रींना त्यांच्या लोकप्रियतेमुळे *पाञ्चजन्य* असे म्हटले जाई. (आज त्या शब्दाचा अर्थ अगदीच वेगळा आहे.)

पाचव्या मंडलातील २४ व्या सूक्तात अत्रींनी दानाचे महत्त्व प्रतिपादन केले आहे. त्यांना दोन बैल, अनेक गाई व दहा सहस्र हिरण्य (नाणी) देणाऱ्या त्र्यरूण त्रैवृष्यराजासाठी त्यांनी अग्नीची प्रार्थना केली आहे. तसेच याचकाला कधीही विन्मुख न पाठवणाऱ्या अश्वमेधराजाला विपुल धन देण्यासाठी अग्नीला विनवले आहे. पुढे एका सूक्तात दान न देणाऱ्याचे धन हरण करण्याची विनंती ब्रह्मणस्पतीला त्यांनी केली आहे (५.४२).

तेजस्वी सूर्याचीही स्तुती त्यांनी वारंवार गायली आहे. 'सवितादेवाच्या आज्ञेने आम्ही अदितीच्या म्हणजेच भूमीच्या ठिकाणी निष्पाप जीवन व्यतीत करू. त्यामुळे आम्हास विपुल संपत्ती प्राप्त होवो.' (५.८२) अशी सदिच्छा त्यांनी व्यक्त केली आहे.

यांचे पर्जन्यसूक्त प्रसिद्ध आहे (५.८५). म्हणजे हे पर्जन्यविज्ञानाचे ज्ञाते होते, असे दिसते. "अश्वांना झोडपणाऱ्या आक्रमक रथी वीराप्रमाणे पर्जन्य मेघगर्जनारूपी चाबकाने अंतरिक्षीय मेघांना जलवृष्टी करण्यास भाग पाडतो. पर्जन्यदेव पर्जन्यरूपाने पृथ्वीलोकी अवतीर्ण होताच वायू वाहू लागतात, वीज चमकू लागते, *ओषधी (आषधी म्हणजे एकदाच फळणाऱ्या गहू, ज्वारी, बाजरीसारखी ताटे.)* वाढू लागतात, आकाश पाझरू लागते आणि पृथ्वी मनुष्योपयोगी बनून नूतन रूप धारण करते. पृथ्वीला वंदनीय बनवणारा, ओषधिसंवर्धक आणि प्राणिसंतोषक पर्जन्य आम्हास सुख देवो... हे शत्रुसंहारक पर्जन्यदेवा, तुझ्या गर्जनेने पृथ्वीवरील वस्तुमात्र प्रफुल्लित होतात."

भारतीय संस्कृतिकोशात असा उल्लेख आहे, की अतिवृष्टी आणि अनावृष्टी कशी टाळावी; आपणास हवा तेव्हा पाऊस कसा पाडावा इत्यादी संबंधीचे अनेक तोडगे त्यांनी दिले आहेत.

भारतीय संस्कृतिकोशकारांच्या मते, ते लोकशाहीचे पुरस्कर्ते होते. त्यांनी प्रचलित राजसत्तेविरुद्ध बंड केले असणार, म्हणून त्यांना कारावास सहन करावा लागला.

हे यज्ञ करण्यात निष्णात होते. संध्याकाळी यज्ञकर्म निषिद्ध आहे, असे यांनी प्रतिपादित केले. देवांनी प्रसन्न होऊन वर देऊ केला, तेव्हा यांनी 'माझ्या गोत्रातील लोकांना सर्वांच्या आधी व सन्मानपूर्वक दक्षिणा मिळावी' असा वर मागितला व देवांनी तो प्रसन्नतापूर्वक दिला. गोपद्म ब्राह्मणात हा कथाभाग आला आहे.

भारतीय संस्कृतिकोशकार सांगतात की, धर्मशास्त्रात यांनी मोठी परंपरा निर्माण केली. *अत्रिसंहिता* व *अत्रिस्मृती* असे दोन ग्रंथ यांच्या नावावर आहेत. मनूने त्यांचा मोठ्या आदराने उल्लेख केला आहे आणि काही ठिकाणी यांचे मत आदराने ग्राह्य मानले आहे.

रामायणामध्ये अत्री ऋषींचा उल्लेख आला आहे. चित्रकूटला भरत व अन्य ऋषी, पौरवासी आल्यामुळे तिथे वास्तव्य करणाऱ्या ऋषी-मुनींनी चित्रकूट सोडले. हे बघून श्री रामचंद्र स्वतःच चित्रकूट सोडून खाली दक्षिणेकडे सरकले. तेव्हा ते प्रथम अत्रिऋषींच्या आश्रमात गेले. अत्रींनी श्रीराम, सीता व लक्ष्मणाचे अत्यंत आनंदाने व आदराने स्वागत केले. अत्रींची वृद्ध पत्नी अनसूयेने सीतेचे पुत्रीवत् वात्सल्याने स्वागत केले.

सती अनसूया अत्यंत धर्मपरायण व तपस्विनी होती. एकदा दहा वर्षे अनावृष्टी झाली, सर्व प्राणिमात्र त्रस्त झाले; तेव्हा या सतीने आपल्या तपःसामर्थ्याने मंदाकिनी नदीची पवित्र धारा तिथे आणली आणि सर्वत्र फळे-कंदमुळे मिळतील, अशी व्यवस्था केली. सर्व ऋषींच्या विघ्नांचा नाश तिच्या तपःसामर्थ्याने झाला. अशा रीतीने अत्रींनी आपल्या पत्नीचा श्रीरामचंद्रांना परिचय करून दिला. त्या वेळी सती अनसूया वृद्धावस्थेमुळे शिथिल झाली होती. सर्व अंगावर सुरकुत्या पडल्या होत्या. केस शुभ्र झाले होते. जरा जोराचा वारा आला, तर ती कापत होती. तिने सीतेला पातिव्रत्यधर्माचा उपदेश केला. सीता रामांबरोबर वनात आली हे फार चांगले झाले, असे ती म्हणाली आणि मग तिने सीतेला सुंदर दिव्य हार, वस्त्र, आभूषण, अंगराग, बहुमूल्य अनुलेपन भेट म्हणून दिले.

अत्री ऋषींनी श्री रामचंद्रांना पुढचा मार्ग दाखवला व सुरक्षित मार्गक्रमणासाठी आशीर्वाद दिला. लंकेहून परतल्यानंतर श्रीरामांच्या राज्याभिषेकाच्या वेळी श्रीरामांना आशीर्वाद देण्यासाठी अत्री अयोध्येमध्ये आले होते.

श्रीरामचंद्र आपल्या आश्रमी आल्यावर अत्रिऋषींनी श्रीरामचंद्रांची स्तुती केली व पूजा केली, असे तुलसीदासांनी आपल्या 'रामचरितमानस'मध्ये दाखवले आहे. ते स्तोत्र फार मधूर आहे. त्यात त्यांची प्रतिभा, शब्दप्रभुत्व व रामभक्ती पूर्णपणे प्रतिबिंबित झाली आहे.

नमामि भक्तवत्सलं । कृपालु शील कोमलं ।
भजामि ते पदांबुजं । अकामिनां स्वधामदं ॥१॥
निकाम श्याम सुंदरं । भवांबुनाथ मंदरं ।
प्रफुल्ल कंज लोचनं । मदादि दोषमोचनं ॥२॥
प्रलंब बाहु विक्रमं । प्रभोऽ प्रमेय वैभवं ।
निषंग चाप सायकं । धरं त्रिलोकनायकं ॥३॥
दिनेश-वंश-मंडनं । महेश-चाप-खण्डनं ।
मुनींद्र संत-रंजनं । सुरारि-वृंद-भजनं ॥४॥
मनोज-वैरी-वंदितं । अजादि-देव सेवितं ।
विशुद्ध-बोध-विग्रहं । समस्त दूषणापहं ॥५॥
नमामि इंदिरा-पतिं । सुखाकरं सतां गतिं ।
भजे सशक्ति सानुजं । शची-पति-प्रियानुजं ॥६॥
त्वदंघ्रि-मूल ये नराः । भजंति हीन मत्सराः ।
पतंति नो भवार्णवे । वितर्क वीचि संकुले ॥७॥
विविक्त वासिनः सदा । भजंति मुक्तये मुदा ।
निरस्य इंद्रियादिकं । प्रयांति ते गतिं स्वकं ॥८॥
तमेकमद्भुतं प्रभुं । निरीहमीश्वरं विभुं ।
जगद्गुरूंच शाश्वतं । तुरीयमेव केवलं ॥९॥
भजामि भाव-वल्लभं । कुयोगिनां सुदुर्लभं ।
स्वभक्त-कल्प-पादपं । समं सुसेव्यमन्वहं ॥१०॥
अनुपरूप भूपतिं । नतोऽहमुर्विजा-पतिं
प्रसीद मे नमामि ते । पदाब्ज-भक्ति देहि मे ॥११॥
पठंति ये स्तवं इदं । नरादरेण ते पदं ।
व्रजंति नात्र संशयं । त्वदीय भक्तिसंयुताः ॥१२॥ (अरण्यकांड)

अत्यंत प्रासादिक, कर्णमधूर, अर्थगंभीर, भक्तिरसपूर्ण असे हे अद्वितीय स्तोत्र आहे.

पूज्य पांडुरंगशास्त्री आठवले सांगतात की, लोकशाहीचे जगातील प्रथम पुरस्कर्ते अत्रिऋषी होते. तेजस्वी, विचारी, पुरुषार्थी, मृत्युंजय लोकांचा समुदाय त्यांनी तयार केला होता. कर्दमऋषींची कन्या अनसूया– अत्रींची पत्नी अशीच तेजस्वी होती. तिनेही अनेकांना तयार केले होते. त्यांचे आणखी एक वैशिष्ट्य म्हणजे, पापी-अपराधी लोकांना प्रायश्चित्त देऊन त्यांना सन्मार्गावर आणता येईल, असा त्यांचा विश्वास होता. Criminology चाही प्रारंभ त्यांनीच केला होता. आपले कार्य पुढे चालू राहावे, म्हणून त्यांनी देवाकडे पुत्र मागितला होता. *दत्तात्रेय* हे अत्रींचे पुत्र!

त्यांच्या मुलांबद्दल सर्वांचे एकमत नाही, त्याबद्दल वेगवेगळी मते आहेत. लोकांत प्रचलित कहाणी वेगळीच आहे.

अत्री हे ब्रह्मदेवाचे पुत्र. ब्रह्मदेवाने त्यांना प्रजोत्पत्ती करण्यास सांगितले. त्यांनी माहूरपुरामध्ये (मध्य प्रदेशात) येऊन सिंह पर्वतावर तपश्चर्या केली. त्यांनी असा संकल्प केला होता की, 'दुःखी-कष्टी जीवांना आनंदित करेल असा पुत्र हे देवा, तू मला दे.' सकाळपासून ते तपाला बसत. दुपारपर्यंत पर्वतावरच असत. नंतर आश्रमात परतत. तोपर्यंत अनसूया अतिथींना इच्छाभोजन देऊन तृप्त करी. मग अत्री आल्यावर दोघांचे भोजन होई. दिवसातून ते एकदाच भोजन करीत. भगवान विष्णू प्रसन्न झाले. अत्रींनी पुत्र मागितला. भगवंतांनी दिला म्हणून पुत्र 'दत्त'. पूज्य पांडुरंगशास्त्री आठवले सांगतात की– ''अत्रींनी कृती, प्रेम आणि ज्ञान या त्रिगुणांचा पुंज असा एक पुत्र मागितला. त्याचे नाव दत्तात्रेय. त्रिगुणयुक्त पुत्र मागण्याच्या पाठीमागे कारण होते. माणसाचे ज्ञान जसजसे वाढत जाते तसतशी त्याची कर्मावरील पकड ढिली होते. प्रेम घटते. सामान्यतः ज्ञानी पुरुष काम करीत नाहीत आणि जो काम करतो, त्याला बुद्धी थोडी कमी असते. कार्य उभे करणे, त्याचे पालन-पोषण व प्रसंगविशेषी विसर्जन करणे– या तिन्ही गुणांची जीवनात आवश्यकता असते. म्हणून निर्माता ब्रह्मा, पालन-पोषण करणारा विष्णू व विसर्जन करणारी शिवशक्ती– या तिन्ही गुणांचा अंशरूप दत्त होता.''

आज लोकांत प्रचलित असलेली गोष्ट म्हणजे पार्वती, लक्ष्मी व सावित्री या सती अनसूयाच्या तेजाचा हेवा करीत होत्या. त्यांनी आपापल्या पतींना या सतीला अपवित्र करण्यास सांगितले. तिन्ही देव अत्रींच्या आश्रमी अतिथी

बनून गेले व अनसूयेकडे विवस्त्र होऊन भोजन देण्यास सांगितले. अतिथींची इच्छा म्हणून तिने ते मान्य केले; पण तिच्या प्रभावाने तिन्ही देव तान्ही बाळे झाले. तिने त्यांना आपले स्तन्य पाजून पाळण्यात झोपवले. इकडे तिघी देवी पती का आले नाहीत ते पाहायला आल्या, तर त्यांचे पती बाळे होऊन पाळण्यात पहुडले होते! सतीचा प्रभाव त्यांना अनुभवाला आला.

काहीजण म्हणतात की– त्या तिघांनी नग्न भोजन मागितले– म्हणजे न शिजवलेले, फळे-कंदमुळे वगैरे.

पण ह्या कथेचा कुठल्याही कोशात उल्लेख मिळाला नाही. ही कथा अत्री व अनसूयेच्या एकंदर चरित्राशी विसंगत आहे. देवींना असूया का वाटावी? देव अशी विनंती करण्यास कसे तयार होतील? ही कथा प्रक्षिप्त असावी. त्या दोघांचे जीवन अत्यंत तेजस्वी होते. त्यांनी तेजस्वी समाज निर्माण केला होता. नंतर कुणी तरी ही कथा रचली असावी. दुर्दैव! दुसरे काय म्हणणार?

कुणी त्यांना एकच पुत्र दत्तात्रेय होते, असे म्हणतात. त्यांना सोम व अर्यमा नावाचे दोन मुलगे होते, असा उल्लेख महाभारतात आहे. तर त्यांना वेदवेत्ते, सिद्ध, शांतचित्त महर्षी अनेक पुत्र होते, असे महाभारतातच असल्याचे भारतीय संस्कृतिकोशात नमूद केले आहे. शिष्यांनाही पुत्र म्हणण्याची पद्धत होती. भक्तिकोशात विद्यावाचस्पती अभ्यंकरांनीही महाभारताचा हवाला देऊन त्यांना दोन पुत्र होते, असे नमूद केले आहे.

अत्रैश्चैवौरसः श्रीमान् राजा सोमश्च वीर्यवान्।
सहस्रं यश्च दिव्यानां युगानां पर्युपासिता ।। शांतिपर्व २०८.९.।।
अर्यमा चैव भगवान् ये चास्य तनया विभो ।
एते प्रदेशाः कथिता भुवनानां प्रभावनाः।। शां. २०८.१०।।

दोघेही राजे होते, असा उल्लेख इथे आहे.

तर पुराणात ब्रह्मा हे चंद्र बनून पुत्ररूपाने जन्मले, विष्णू हे दत्त म्हणून जन्मले व महेश हे *दुर्वास* म्हणून जन्मले. *सोम* व *दुर्वास* हे दत्तांत विलीन होऊन गेले व अत्रींना एकच पुत्र राहिला. तर, पांडुरंगशास्त्री आठवले सांगतात की– ''अत्रि-अनसूयेच्या उदरी चार पुत्ररत्नांनी जन्म घेतला. एक प्रातःस्मरणीय कर्तृत्ववान *दत्तात्रेय*, तपोनिष्ठ *दुर्वास* हे दुसरे, प्रजापतिरूप बनलेला *सोम* हा तिसरा व देवस्वरूप बनलेला *अर्यमा* हा चौथा. चौथ्या

पुत्राबद्दल सर्वसाधारणतया उल्लेख आढळत नाही. तीन पुत्रांचे उल्लेख बऱ्याच ठिकाणी आढळतात. या चार पुत्रांनंतर एक ब्रह्मनिष्ठ अमला नावाची पुत्री जन्माला आली. 'दत्तात्रेय' या नावातच ते अत्रिपुत्र असल्याचे जाहीर झाले.'' थोडक्यात, त्यांचे पुत्र व शिष्य अत्यंत प्रसिद्ध आहेत.

भक्तिकोशात विद्यावाचस्पति अभ्यंकर असा उल्लेख करतात की, गौतमऋषींबरोबर यांचा एकदा मतभेद झाला होता. एकदा पृथुराजाने अश्वमेध यज्ञाची दीक्षा घेतली होती. अनसूयेने अत्रींना पृथुराजाकडून धन आणण्यास सांगितले. ते पुत्रांमध्ये वाटून देऊन त्यांना निश्चिंत मनाने वनात जाता येईल, असा तिचा विचार होता. पत्नीच्या सांगण्यावरून ते यज्ञमंडपात गेले व त्यांनी पृथूची स्तुती केली. मंडपात इंद्र वगैरे श्रेष्ठ देव असताना पृथूची स्तुती करणे गौतमऋषींना आवडले नाही. दोघांत वादावादी झाली. सर्व ब्रह्मवृंदाने सनत्कुमारांना निर्णय करण्यास सांगितले. त्यांनी अत्रींचे वागणे व बोलणे योग्य असल्याचा निर्णय दिला. 'ब्राह्मतेज व क्षात्रतेज यांचा संगम, वनाला भस्मसात करणाऱ्या अग्नी-वायूच्या परस्परसहयोगासारखा असून तो शत्रूचा नाश करतो.' अत्रींचा विजय झालेला पाहून पृथूलाही खूप आनंद झाला. त्या वेळी अत्रींना दहा कोटी सुवर्णमुद्रा, दहा भार सोने व असंख्य गाई दिल्या. अत्री स्वतः निर्लोभी होते. त्यांनी ते सर्व पुत्रांत, शिष्यांत वाटून टाकले आणि स्वतः तपश्चर्येसाठी वनात निघून गेले. ही कथा महाभारताच्या वनपर्वात आलेली आहे.

ते अग्निउपासक होते. अधर्माला थोपवणारे होते. त्यांनी गायत्री पुरश्चरण केले होते. त्यांनी हिमालयात तप करून आत्मोन्नती केली. ते स्वतः अत्यंत निःस्पृह होते. विषयाच्या मागे लागून अधर्माने वागणाऱ्या व दान न देणाऱ्या लोकांची त्यांनी निर्भर्त्सना केली आहे. आपला वंशज निमी याला श्राद्धविधीचा यांनी उपदेश केला. श्राद्ध म्हणजे आपल्या पूर्वजांचे व विश्वदेवांचे कृतज्ञतापूर्वक केलेले स्मरण होय.

ज्ञान-विज्ञानात निष्णात असलेले, अत्यंत तेजस्वी, ज्ञानी, आत्मसाक्षात्कारी असे हे अत्री ऋषी यांचा समावेश सप्तर्षींमध्ये केला जातो आणि मुख्य म्हणजे भगवंतांना दत्तात्रेयाच्या रूपाने यांच्या पोटी जन्म घ्यावासा वाटला, एवढे ते महान होते.

ऋषी भृगू

भृगू हे ब्रह्मदेवाच्या मानसपुत्रांपैकी एक ज्येष्ठ ऋषी! ऋग्वेदाच्या नवव्या मंडलातील ६५वे सूक्त भृगू आणि जमदग्नींनी मिळून लिहिले आहे; तर दहाव्या मंडलातील १९वे सूक्त भृगू, मथिन व च्यवन यांनी लिहिलेले आहे. तिथे भृगूंचा उल्लेख वारुणी म्हणजे वरुणाचे पुत्र, तर जमदग्नींचा भार्गव म्हणून उल्लेख आहे.

परशुराम– भगवंतांचा सहावा अवतार! त्यांनी ज्यांच्या कुळात जन्म घेतला, ते ऋषी भृगू. परशुराम स्वत:ला भार्गव परशुराम म्हणवून घेण्यात धन्यता मानत.

ऋग्वेदाच्या नवव्या मंडलातील सूक्त प्रवाही, पुनीत, सोमाची स्तुती करण्यासाठी आहे. सोम तेजस्वी व जंतुनाशक आहे. तो समृद्धी आणतो. त्यातील मला उल्लेखनीय वाटले ते– ''ज्याप्रमाणे कार्यकुशल भगिनीस्वरूप स्त्रिया आपल्या पतींना कार्यात उत्साहित करतात, त्याचप्रमाणे सामर्थ्यशाली ऋत्विजजन यज्ञातील आपापली कामे करीत असताना महान ज्ञानी सोमाला यज्ञासाठी प्रेरणा देतात.'' या पहिल्या मंत्रात त्यांनी स्त्रियांच्या कार्याचा गौरव केला आहे.

दहाव्या मंडलातील १९ वे सूक्त दुभत्या गाईंबद्दल आहे. ''गाईंना चरायला नेणाऱ्या गोपालका, तू गाईंना माझ्यापाशी परत आण आणि तूही सुखरूप परत

ये... भूमीच्या चारही दिशांना शोध करून सर्व गाईंना परत गोशाळेत घेऊन ये. तूच हे काम कर व त्यांना परत आण'', अशी गोपालकाला विनंती केली आहे. हे सूर्य व त्याच्या किरणांवर केलेले रूपक आहे, असे विद्वान सांगतात.

या भृगूंच्या जन्माविषयी वेगवेगळ्या ठिकाणी वेगवेगळे उल्लेख आढळतात. कुणी म्हणतात – आदित्य व अंगिरांबरोबर प्रथम प्रजापतीने यांचीही उत्पत्ती केली. तर, गोपथ ब्राह्मणात म्हटले आहे की, ब्रह्मदेवाच्या वीर्यापासून यांचा जन्म झाला. कुणी त्यांना जलदेवता वरुणांचे पुत्र मानतात. तैत्तिरीय उपनिषदात या पिता-पुत्रांचा संवाद दिलेला आहे. कुणी त्यांचा इंद्राच्या रेतापासून जन्मल्याचा उल्लेख करतात, तर कुणी ब्रह्मदेवाच्या हृदयापासून त्यांचा जन्म मानतात. मनुस्मृतीत त्यांना अग्निज म्हटले आहे. थोडक्यात– त्यांचा जन्म दिव्य आहे, हे सर्व जण मान्य करतात आणि ते अयोनीज आहेत, असे सांगतात.

डॉ. आशा गुर्जर लिहितात की, भृगूंनी अग्नीचा शोध लावला. यज्ञात अग्नी निर्माण केला आणि पाण्यात दडलेल्या अग्नीला भृगूंनी शोधून काढले. ही जलविद्युत असावी का?

अथर्ववेदाचे दुसरे नाव *भृग्वंगिरसवेद* असे आहे. प्रजापतीच्या वीर्याच्या स्निग्ध भागातून भृगू जन्मले व रुक्ष भागातून अंगिरा जन्मले. या दोघांना हा अथर्ववेद दिसला, म्हणून त्या दोघांचे नाव अथर्ववेदाला दिले गेले. अभिचार, जारण-मारण, जंतुविज्ञान, औषधी विज्ञान, आयुर्वेद आदींमध्ये यांना गती होती. या कुलातील ऋषी यज्ञासाठी अग्निचयन करण्यात (अग्नी निर्माण करण्यात) कुशल असत, तसेच यज्ञीय हवी तयार करण्यातही ते प्रवीण होते.

देवांच्या परीक्षेची कथा

पुराणांमध्ये त्यांचा उल्लेख एक ज्येष्ठ व श्रेष्ठ ऋषी या रूपात येतो. एकदा कश्यपादी ऋषी यज्ञ करीत होते. तिथे नारद आले व त्यांनी विचारले, ''हा यज्ञ तुम्ही कुणासाठी करीत आहात? यज्ञाचे फल देणारा सत्त्वयुक्त देव कोणता? ऋषींमध्ये ब्रह्मदेव, विष्णू व शिव यांच्याविषयी चर्चा झाली; पण कुठला देव श्रेष्ठ हे ठरेना. तेव्हा सर्व ऋषींनी भृगूंना विनंती केली की, त्यांनी जाऊन तिघांची परीक्षा घ्यावी व निर्णय द्यावा.

त्याप्रमाणे भृगू निघाले. प्रथम ते ब्रह्मदेवाच्या दरबारी उपस्थित झाले. ब्रह्मदेव सुवर्णासनावर विराजमान झालेले होते. त्या सभेत एका बाजूला महर्षी,

देवर्षी, राजर्षी, ब्रह्मर्षी वगैरे होते; तर दुसऱ्या बाजूस सुर, यक्ष, गंधर्व, किन्नर आदी होते. ब्रह्मदेव त्यांना वेदांचा अर्थ समजावून सांगत होते. ब्रह्मदेवाला नमस्कार न करताच, कुणी न सांगताच भृगूंनी आसन ग्रहण केले. अशा रीतीने आसनस्थ होणे ब्रह्मदेवाला आवडले नाही. तो भृगूंना रागावला. ''माझ्या कुळात जन्म घेऊन, अध्ययन करून, तप करूनही तुला सभेची मर्यादा सांभाळता आली नाही. मूर्खा, तुला तुझ्या तपश्चर्येचा गर्व झाला की काय?'' भृगुऋषींनी हे परीक्षा घेण्यासाठीच केले होते. ब्रह्मदेवाचा अहंकार व क्रोध सुटलेला नाही, ही गोष्ट त्यांनी नमूद केली. याच्यात सत्त्वगुणापेक्षा रजोगुण जास्त आहे, हे त्यांच्या निदर्शनास आले. ही नोंद मनात करून ते तिथून उठून निघून गेले. कुणी म्हणतात की– ब्रह्मदेवाने त्यांना 'ये, बैस' असे न म्हणता 'मूर्ख' वगैरे शब्दांनी त्यांची संभावना केली; म्हणून भृगूंनी ब्रह्मदेवाला शाप दिला की, 'पृथ्वीवर तुझी पूजा होणार नाही. तुझी मंदिरे बनणार नाहीत.' पुष्करतीर्थ सोडले, तर ब्रह्मदेवाची मंदिरे कुठे दिसत नाहीत.

तिथून ते महादेवांकडे गेले. कैलासावर नंदीश्वर, भृंगीश्वर वगैरे होते. महादेव-पार्वती एकांतात होते. भृगुऋषी जेव्हा आत जाऊ लागले, तेव्हा त्यांनी त्यांना आत जाऊ दिले नाही. त्यांना पुन्हा केव्हा तरी येण्यास सांगण्यात आले. भृगुऋषींनी तसेच आत घुसण्याचा प्रयत्न केला. त्यामुळे शिवशंकर क्रुद्ध झाले व म्हणाले, ''मूर्खा, पती-पत्नी एकांतात असताना तिथे जाऊ नये, एवढीही अक्कल तुला नाही का?'' वगैरे वगैरे– ते क्रोधात बोलत गेले. भृगुऋषी काहीही न बोलता माघारी वळले, पण तमोगुणाचा आविष्कार त्यांनी टिपला. कुणी असे म्हणतात की– त्यांनी शंकरांना सांगितले की, 'तुमची लिंगरूपातच पूजा होईल.' त्याप्रमाणे शिवलिंगाची पूजा पृथ्वीवर प्रचलित झाली.

त्यानंतर भृगुऋषी वैकुंठात गेले. तिथे शेषशायी भगवान झोपलेले होते. माता लक्ष्मी त्यांचे पाय चुरत होत्या. भृगू आल्याचे विष्णूंना कळले नाही. भृगूंनी एकदम त्यांच्या छातीवर लाथ मारून त्यांना उठवले. श्री विष्णू खडबडून उठले. त्यांनी भृगूंचे स्वागत केले, पूजा केली व विचारले, ''माझी छाती अंमळ टणक आहे. तुमच्या पायाला त्रास झाला का?'' भृगूंनी ते ऐकले मात्र... ते समजले की, विष्णूच खरोखर सत्त्वगुणाची मूर्ती आहेत. त्यांनी विष्णूंची स्तुती केली व मनोमन निर्णय पक्का केला की, यज्ञ विष्णूंसाठीच करायचा. श्रीविष्णूंचे एक नाव 'यज्ञ' आहेच. पुढे त्यांनी परत जाऊन ऋषींनाही तसे सांगितले.

पण इकडे एक अनर्थ घडला. लक्ष्मीदेवी रुसल्या. ''विष्णूंच्या हृदयात माझा वास असतो. माझ्या निवासस्थानावर लाथ मारणाऱ्या ब्राह्मणांजवळ मी कधीही राहणार नाही.'' असे त्या म्हणाल्या. भृगूंनी देवीची क्षमा मागितली, पण देवी ऐकायला तयार नव्हत्या. भृगुऋषींनी त्यांच्या या कृत्याचे कारण त्यांना सांगितले; तेव्हा त्यांनी उ:शाप दिला— ''जे नारायणाची भक्ती करतील, त्यांच्याकडे मी राहीन; बाकीच्या ब्राह्मणांकडे मी राहणार नाही.''

गोष्ट एवढ्यावरच संपली नाही. 'माझ्या निवासस्थानावर लाथ मारणाऱ्या ब्राह्मणाला शिक्षा करण्याचे सोडून भगवंतांनी भक्तलांच्छन हृदयावर कायमचे धारण केले', म्हणून लक्ष्मीमाता वैकुंठ सोडून करवीरक्षेत्री येऊन राहिल्या. तिथे कोल्हासुराचा वध वगैरे केला. पण त्यांना शोधत विष्णूंना पृथ्वीवर यावे लागले आणि तिरुपती बालाजीचा अवतार त्यांना घ्यावा लागला. इकडे भृगूंना ब्राह्मणांची चिंता लागून राहिली. दरिद्री ब्राह्मणांचा चरितार्थ तर चालायला हवा, म्हणून त्यांनी *भृगुसंहिते*ची रचना केली.

भृगुसंहिता

भृगुसंहितेत अनेक पत्रिका दिल्या आहेत, त्यांचे आयुष्य कसे जाईल हे तपशीलवार त्यांनी लिहून ठेवले आहे. या भृगुसंहितेच्या आधारे लोकांना ज्योतिष सांगून ब्राह्मण आपला उदरनिर्वाह करू शकतील, असा त्यांचा विचार होता.

भृगुसंहिता हा एक भविष्यविषयक ग्रंथ आहे. भृगुऋषींनी आपल्या त्रिकालज्ञानाच्या बळावर पुढच्या अनेक पिढ्यांचे भूत-भविष्य यात लिहून ठेवले आहे. भृगू आणि त्यांचे पुत्र शुक्राचार्य यांच्या संवादरूपात हा ग्रंथ लिहिला गेला आहे. आपले भविष्य जाणण्यासाठी आपली जन्मकुंडली ग्रंथातून शोधून काढायची आणि मग तिच्याखाली लिहिलेले आपले भविष्य वाचायचे. प्रत्येकाचे भविष्य यात मिळतेच.

भारतीय संस्कृतिकोशकार सांगतात की, तशा बाजारात भृगुसंहिता या नावाने नकली पोथ्या मिळतात; पण प्रमाणित भृगुसंहितेच्या प्रती मेरठ, पंजाबातले दुबली, होशियापूर, काश्मीर, करनाल, दिल्ली, हरिद्वार, देवप्रयाग अशा मोजक्या ठिकाणी मिळतात. हा ग्रंथ भूर्जपत्रांवर, ताम्रपत्रांवर किंवा कळकाच्या पट्ट्यांवर लिहिलेला आढळतो. काही प्रतींची पाने रुंद आहेत, तर काहींची लहान आहेत. यातील वर्षांची संख्या सांकेतिक शब्दांतून सांगितलेली आहे. जसे— चंद्र म्हणजे

एक, नेत्र म्हणजे दोन वगैरे. यांतील भविष्याचा आश्चर्यकारक प्रत्यय अनेकांना आलेला आहे.

भृगुसंहितेप्रमाणेच आणखी काही संहिता दक्षिण भारतातही प्रचलित आहेत. त्यांना नाडीग्रंथ म्हणतात. त्यांची भाषा बहुधा तमिळ, तेलुगू किंवा क्वचित मल्याळम् असते. हे ग्रंथ भूर्जपत्रांवर किंवा ताडपत्रांवर लिहिलेले आढळतात. हे ग्रंथ फार प्राचीन आहेत. प्रश्न विचारणाऱ्याची कुंडली या नाडीग्रंथातून शोधून भविष्य सांगणे जिकिरीचे असते. पण ते भविष्य तंतोतंत असते, असं म्हणतात. श्री. कन्हैयालाल मुन्शींना तसा अनुभव आल्याचे 'भवन्स जर्नल'मध्ये लिहिले आहे.

वारुणी विद्या

तैत्तिरीय उपनिषदात भृगूंचे दर्शन एक शिष्य म्हणून होते. हे कृष्णयजुर्वेदीय तैत्तिरीय शाखेचे उपनिषद आहे. यात तीन वल्ली आहेत. शिक्षावल्ली, ब्रह्मानंदवल्ली व भृगुवल्ली. जलदेवता वरुणाचे पुत्र भृगू हे आपल्या वडिलांकडे 'अधीहि भगवो ब्रह्म'– 'मला ब्रह्माचा उपदेश करा' म्हणून नम्रपणे शिष्यभावाने गेले.

'सत्य ज्ञानम् अनन्तं ब्रह्म' अशी परब्रह्माची– ब्रह्माची व्याख्या केली जाते; पण त्याच्यापर्यंत पोचायचे कसे? काही खुणा हव्यातच. तेव्हा भृगूंना वरुण सांगतात,

'यतो वा इमानि भूतानि जायन्ते येन जायतान्ति जीवान्ति,
यत् प्रयान्ति अभिसंविशन्तितद् विजिज्ञासस्व। तद् ब्रह्म।'

(ज्याच्यापासून ही सर्व भूते जन्मली, ज्याच्यामुळे जन्मलेली सर्व भूते जगतात व जाताना (म्हणजे मरताना) ज्यात प्रवेश करतात; ते ब्रह्म– तू तप कर व जाणून घे.)

भृगूंनी तप केले. एकाग्र होऊन विचार केला. ***'अन्नाद् भूतानि जायन्ते। जातानि अन्नेन जीवन्ति। अन्न प्रयान्ति अभिसंविशन्ति। तस्मात् अन्नं तत् उच्यते।'*** अन्नापासून सप्तधातू तयार होतात. सप्तधातूंतील वीर्यापासून संतानोत्पत्ती होते. जन्माला आलेला माणूस वा पशू अन्न खाऊन जिवंत राहतो व शेवटी अन्न देणाऱ्या मातीत विलीन होतो. अन्न हेच ब्रह्म आहे! भृगू आनंदाने नाचतच वडिलांकडे आले. ''मला ब्रह्म कळले! अन्न म्हणजेच ब्रह्म!'' वडील काहीच बोलले नाहीत. मनात म्हणाले, पुत्र अजून स्थूलातच अडकला आहे.

वडील बोलत नाहीत म्हटल्यावर भृगू विचार करू लागले. 'सत्यं ज्ञानम् अनन्तं ब्रह्म' ही व्याख्या लागू पडत नाही की! अन्न निर्माण होते व नष्ट होते. ते 'सत्य' भूत-वर्तमान व भविष्यात असतच असते. 'ज्याला जन्म नाही, मृत्यू नाही'– असे सत्य नाही. म्हणजे मी नश्वराला ब्रह्म म्हणण्याची चूक केली. ते वडिलांकडे वळले व हात जोडून म्हणाले, ***''अधीहि भगवो ब्रह्म।''*** वडील म्हणाले, ''तू तप कर व जाणून घे.''

भृगू पुन्हा तपाला बसले. विचार केला की– श्वास घेतला म्हणजे मूल जन्माला आले, असे म्हणतात. जन्मभर तो श्वास घेतो व जिवंत राहतो. श्वास संपला की, माणूस संपतो. ***'प्राणो ब्रह्म इति व्यजानात्।'*** वडिलांकडे आले, पण वडील गप्पच बसले. मनात म्हणाले, 'चला, हा स्थूलातून सूक्ष्माकडे चालला आहे!'

भृगू विचार करू लागले की, प्राणांना उत्पत्ती आहे व नाशही आहे. ***'सत्यं ज्ञानम् अनन्तम्'*** हे इथे लागू होत नाही. वडिलांनी पुन्हा तप करायला सांगितले. भृगू विचार करू लागले. अन्न व प्राण दोन्ही जड आहेत, पण मन सूक्ष्म आहे. मनच इंद्रियांकरवी कामे करवून घेते. मन स्वप्नांची दुनिया उभी करू शकते. मन म्हणजे इच्छा, कामना. त्यांच्यामुळेच जन्म मिळतो. ***'मनो ब्रह्म इति व्यजानात्।'***

वडिलांनी पुन्हा तप करायला सांगितले. मन चंचल आहे. त्यालाही उत्पत्ती व नाश आहे. या मनाला प्रेरणा देणारी बुद्धी आहे. बुद्धी म्हणजे जाणीव. (दासबोधात समर्थ म्हणतात– विष्णू जाणीव बनून सर्व जीवांचे पालन-पोषण करतो.) ***'विज्ञानं ब्रह्म इति व्यजानात्।'*** पण जाणिवेलाही उत्पत्ती आहे, नाश आहे. ती अनंतही नाही. मग ***'आनन्दो ब्रह्म इति व्यजानात्।'*** भृगू विचार करू लागले. विज्ञानाच्याही मागे काय आहे? जाणीव कुणामुळे निर्माण झाली? आनंद हे विज्ञानाचे मूळ आहे. विश्व एक क्रीडा म्हणून निर्माण झाले. क्रीडा म्हणजे आनंदाचा खेळ. जगण्यात आनंद आहे, म्हणून माणूस जगतो. पण हा आनंदाचा खेळ त्या चित्‌चा आहे. चित्‌मधून सर्व निर्माण झाले आणि त्यातच ते विलीन होते. भृगू पंचकोश ओलांडून आतील चित्‌तत्त्वापर्यंत पोचले. ज्ञानमय तपानेच असे पोचता येते.

आता भृगूंना वडिलांना सांगावे लागले नाही. भृगूंचा चेहरा पाहूनच वरुणांना कळले की, भृगू ब्रह्मपदापर्यंत पोचले आहेत.

ही पंचकोशांची कल्पना पुढे सर्वांनीच स्वीकारली. अन्नमय कोश, प्राणमय कोश, मनोमय कोश, विज्ञानमय कोश व आनंदमय कोश या पंचकोशांत ते चित्तत्त्व राहते. स्थूल देह, जड देह म्हणजे अन्नमय कोश. पंचमहाभूतांचा बनलेला दृश्य देह. सूक्ष्म देह हा स्थूल देहाला चालवतो. आकाशाचे अंत:करण पंचक (अंत:करण, मन, बुद्धी, चित्त, अहंकार), वायूचे प्राणपंचक (व्यान, समान, उदान, प्राण व अपान), तेजाचे ज्ञानेंद्रियपंचक (कान, त्वचा, डोळे, जीभ व नाक), आपाचे कर्मेंद्रियपंचक (वाचा, हात, पाय, शिश्न व गुद), पृथ्वीचे विषयपंचक (शब्द, स्पर्श, रूप, रस, गंध), या पंचवीस तत्त्वांनी सूक्ष्म देह बनला आहे. प्राणमय, मनोमय व विज्ञानमय कोशांनी सूक्ष्म देह बनलेला आहे. तो सूक्ष्म असला तरी जड पंचमहाभूतांचाच आहे. आनंदमय कोश तेजस्वी, चित्‌च्या अगदी जवळचा. तो अज्ञानाचा म्हणजेच मूळ स्वरूपाच्या विस्मरणाचा. पण तोही आत्मा नाही. त्यांच्या पलीकडचा आत्मा म्हणजे आपले खरे रूप. ते जाणणे, अनुभवणे हेच जीवनाचे ध्येय असायला हवे.

या विद्येला *वारुणी विद्या* असे म्हटले जाते. वरुणपुत्र भृगूंनी ही प्राप्त केली व जगाला सांगितली. भृगूंचे हे फार मोठे कार्य आहे. अध्यात्माच्या क्षेत्रात या पंचकोशविद्येवाचून पुढे जाता येत नाही.

अशा रीतीने ज्ञानाच्या क्षेत्रात भृगूंनी मौलिक भर घातली आहे. ज्योतिष-क्षेत्रामध्ये आजही त्यांचा हात धरणारा कुणी नाही आणि श्रीविष्णूंनी त्यांचे चरणचिन्ह आपल्या वक्षावर कायमचे धारण करून त्यांचा अधिकार दाखवून दिला आहे. भृगू शब्दाची व्युत्पत्ती भृज् व भ्रस्ज = भाजणे यावरून झाली, असे म्हणतात. बर्गेनने भृग् म्हणजे अग्नी, असे म्हटले आहे; तर कुन्ह आणि वार्थ यांनी भृग् म्हणजे वीज म्हटले आहे. त्यांनी लावलेल्या अग्नीच्या शोधावरून, पाण्यातील अग्नीच्या शोधावरून हे योग्यच वाटते.

दक्षकन्या *ख्याती* ही भृगूंची पत्नी. त्यांचे पुत्र *शुक्राचार्य.* शुक्राचार्यांना संजीवनी विद्या आपल्या वडिलांकडून प्राप्त झाली असावी, कारण ती विद्या भृगूंना अवगत होती. *'शुक्रान सर्व शास्त्रप्रवक्तारं'* भार्गवांना नमस्कार केला जातो. त्यांना *कवी* म्हटले जाई. या कुलात शुक्राचार्यांबरोबरच अन्य विशेष व्यक्तींनी जन्म घेतला आहे. *च्यवन, और्व, प्रमती, ऋचिक, रुरु, जमदग्नी, परशुराम, शुतक, शौनक* आदी *भार्गव* आहेत. त्यांतील परशुराम हे भगवंताचे

अवतार मानले जातात. भगवंतांनी जन्म घ्यावा, एवढे हे कुल पवित्र आहे.

भारतीय संस्कृतिकोशकार सांगतात, भार्गवांचा क्षत्रियांशी जवळचा संबंध होता. उदा.– च्यवनाने शर्यातीराजाची मुलगी सुकन्या हिच्याशी विवाह केला. ऋचिकाने गाधीराजाची कन्या सत्यवतीशी विवाह केला. त्यांचे पुत्र जमदग्नी. जमदग्नींनी प्रसेनजितराजाची कन्या रेणुका हिच्याशी विवाह केला. शुक्राचार्यांची कन्या देवयानी ही राजा ययातीची पत्नी झाली. ज्ञानाच्या क्षेत्रातीलही त्यांचे योगदान खूप मोठे आहे.

अशा भृगुऋषींना प्रातःकाळी प्रथम आवर्जून प्रणाम करावा, असे ब्रह्मयामलांतील शुक्रस्तवराज स्तोत्रात म्हटले आहे. *'प्रातःकाले प्रकर्तव्या भृगूपूजा प्रयत्नतः।'*

⌘

ऋषी दधीचि

जगाच्या कल्याणासाठी आपली हाडे इंद्राला देणारे महान ऋषी दधीचि. आत्मज्ञान करून देणारी मधुविद्या प्राण पणाला लावून दुसऱ्याला देणारे व नंतर त्या विद्येचा जगाच्या कल्याणासाठी प्रसार करणारे महान ऋषी दधीचि.

त्यागमूर्ती असणाऱ्या दधीचि ऋषींचे नाव कधी तरी आपल्या कानांवरून गेलेले असते. *दधीचि, दधीच, दधृश्च, दध्यङ, दध्यङथर्वण* वगैरे अनेक प्रकारे त्यांचा उल्लेख वेदांपासून पुराणांपर्यंत पाहायला मिळतो. *श्री. सिद्धेश्वरशास्त्री चित्राव* यांच्या *भारतीय प्राचीन चित्रकोशा*त व *श्री. महादेवशास्त्रींच्या भारतीय संस्कृतीकोशा*त त्यांची काही माहिती मिळते. श्री. महादेवशास्त्री सांगतात, की या शब्दाचा अर्थ दह्यावर प्रेम करणारा किंवा दह्याचे रक्षण करणारा असा होतो. ते याचे नाव 'दध्यंञ्च' असे देतात व अन्य सर्व पर्याय आहेत असे सांगतात. वृहदारण्यक उपनिषदात त्यांचा उल्लेख दध्यङ्आथर्वण असा आला आहे. दुसरा उल्लेख ऋग्वेदाच्या ६० व्या मंडलातील १६ व्या सुक्ताच्या १४ व्या मंत्रात आहे. त्यात म्हटले आहे, अथर्वण ऋषींच्या पुत्राने- दध्यङ् ऋषींनी अग्नीला प्रथम उत्पन्न केले.

दधीचि ऋषींच्या मातापित्यांबद्दल दोन ठिकाणी दोन नावे मिळतात. ब्रह्मांड पुराणात यांना वैवस्वत मन्वंतरात च्यवन ऋषी व सुकन्या यांचा पुत्र मानले आहे.

तर भागवतामध्ये यांना स्वायंभुव मन्वंतरात *अर्थवण ऋषी* व *चिति* वा *शांति* यांचा पुत्र असल्याचा उल्लेख आढळतो.

अथर्व ऋषींचे नाव खूपच प्रसिद्ध आहे. त्यांची पाच अथर्वशीर्षे प्रसिद्ध आहेत. त्यांना उपनिषदांचा दर्जा दिला जातो. *गणपती अथर्वशीर्ष,* देवी *अथर्वशीर्ष, सूर्य अथर्वशीर्ष, विष्णू अथर्वशीर्ष* व *शिव अथर्वशीर्ष* अशी पाच उपनिषदे त्यांच्या नावावर आहेत.

दधीचि ऋषी दक्षाच्या यज्ञात उपस्थित होते. त्यांनी दक्षाला भगवान शंकरांना हविर्भाग देण्यास सांगितले होते. पण त्याने ते ऐकले नाही. तेव्हा ते तिथून उठून आपल्या आश्रमात निघून गेले, असे म्हटले जाते.

अथर्वांचा हा पुत्र स्वतः अत्यंत विद्वान होता. प्रत्यक्ष इंद्राने यांना ब्रह्मविद्या व मधुविद्या दिली होती. या मधुविद्येबद्दल गुप्तता पाळण्यात आली होती व इंद्राने सांगितले होते, की ही विद्या जर तू कुणाला दिलीस तर मी तुझे मस्तक उडवीन. अश्विनीकुमारांच्या कानांवर या विद्येची महती गेली होती. त्यांना ती विद्या मिळवण्याची खूप इच्छा होती.

संयोग असा झाला, की एकदा दध्यङ ऋषी आजारी पडले. व्याधीमुक्त करण्यासाठी त्यांनी अश्विनीकुमारांना आवाहन केले. अश्विनीकुमार निष्णात वैद्य व शल्यविशारद होते. त्यांनी येऊन दध्यङ् ऋषींना व्याधीमुक्त केले. दध्यङ् ऋषींनी त्यांच्या या कामाबद्दल काही देण्याची इच्छा व्यक्त केली. अश्विनीकुमारांनी मधुविद्या मागितली. दध्यङ् ऋषी पेचात अडकले. विद्या दिली तर इंद्र डोके उडवील व नाही दिली तर अश्विनीकुमार नाराज होतील. त्यांनी मोकळेपणाने आपली अडचण सांगितली. अश्विनीकुमार म्हणाले, ''एवढीच समस्या आहे का? आपण ती सोडवूयात. आम्ही तुम्हाला घोड्याचे मस्तक बसवतो. त्या मुखाने तुम्ही ही विद्या आम्हाला द्या. इंद्राने ते मस्तक तोडल्यावर आम्ही तुम्हाला तुमचे मस्तक बसवून देऊ.'' अश्विनीकुमारांवर त्यांचा पूर्ण भरवसा होता. ते तयार झाले.

लगेच अश्विनीकुमारांनी एका घोड्याचे मस्तक त्यांना बसवले. त्यांनी त्या मुखाने अश्विनीकुमारांना मधुविद्या दिली. लगेच इंद्राने येऊन ते मस्तक उडवले. इंद्र तिथून निघून गेल्यावर अश्विनीकुमारांनी त्यांना त्यांचे स्वतःचे मस्तक लावले व अश्विनीकुमार प्रसन्न मुद्रेने तिथून निघून गेले.

पुराणांत असे म्हटले आहे, की ही मधुविद्या कळल्यामुळे त्या अश्विनी कुमारांना यज्ञात हविर्भाव मिळण्याची पात्रता प्राप्त झाली.

या घटनेचे उल्लेख ऋग्वेदात बऱ्याच सूक्तांतून आढळतात. अश्विनीकुमारांच्या स्तुतीपर सुक्तांतून या घटनेचा उल्लेख जरूर केला जातो. वृहदारण्यकातही याज्ञवल्क्य मैत्रेयीला मधुविद्या सांगतात, तेव्हा ते या घटनेचाही उल्लेख करतात.

या प्रसंगावरून त्यावेळच्या शल्यकौशल्याची चुणुक मिळते. दुसरे मस्तक लावून ते कार्य करील असे बघणे व पुन्हा पहिले मस्तक पहिल्याप्रमाणे लावून देणे. तोपर्यंत पहिले मस्तक सुरक्षित व जिवंत ठेवणे ही सर्व कौशल्याची पराकाष्ठाच म्हणायला हवी.

ब्राह्मण ग्रंथांतूनही या घटनेचे वर्णन पाहावयास मिळते. *शाट्यायन* ब्राह्मणात असे म्हटले आहे, की ब्रह्मविद्येमुळे यांचे सामर्थ्य इतके वाढले होते, की यांना पाहताच असुरांचा पराभव होई. एकदा ते उपलब्ध नव्हते तर इंद्राने त्यांना लावलेले अश्वाचे मस्तक शर्यणावत सरोवरात टाकलेले आढळले. ते काढून असुरांना दाखवताच असुरांचा पराभव झाला.

यांच्याबद्दल दुसरी कथा आहे, ती वृत्रासुराच्या वधासाठी आपल्या अस्थींचे दान देण्याची. दध्यङ् ऋषींना शंकरांच्या वराने वज्रास्थित्व, अदीनत्व व अवध्यत्व प्राप्त झाले होते. एकदा देवासुर संग्रामांत असुरांचे पारडे जड झाले होते. वृत्रासुर फारच प्रबळ होता. त्याला कितीही प्रयत्न केले तरी मारता येत नव्हते. तेव्हा इंद्राला विष्णूंनी सुचवले, ''तू दधीचिंची हाडे मिळव व त्वष्ट्याकडून त्याचे अस्त्र बनवून घे. त्याने वृत्रासुराचा नाश करू शकशील.'' इंद्राने दधीचिंकडे जाऊन विनंती केली. जगाच्या कल्याणासाठी त्यांनी योगबलाने देह ठेवला. इंद्राने त्यांची हाडे घेतली व त्यापासून बनवलेल्या वज्राने वृत्रासुराचा वध केला. त्यामुळेच दधीचि ऋषी त्यागमूर्ती म्हूणन ओळखले जातात. *(श्रीमद् भागवतात सहाव्या स्कंधात ही कथा आलेली आहे.)*

पुराणांतून असा उल्लेख मिळतो, की इंद्र येऊन दधीचिंच्या अस्थी घेऊन गेला, तेव्हा त्यांची पत्नी आश्रमात नव्हती. आल्यावर तिला हा प्रकार कळला. तिला अतिशय दुःख झाले. त्यावेळी ती गर्भवती होती. तिने आपले पोट विदीर्ण करून आतील पुत्राला पिंपळाच्या झाडाखाली ठेवले व ती सती गेले. हा पुत्र पुढे

पिप्पलाद ऋषी म्हणून प्रसिद्ध पावला. देवी भागवतात हा उल्लेख आहे.

पिप्पलादही तत्त्वज्ञ होते, आचार्यही होते. प्रश्नोपनिषदात सहा सधन ब्राह्मण ब्रह्म जाणण्याच्या इच्छेने पिप्पलाद मुनींच्या आश्रमात जाऊन राहिले. त्यांना पिप्पलाद मुनींनी सृष्टीच्या निर्मितीपासून ओंकारोपासनेने ब्रह्मप्राप्तीपर्यंत सर्व काही विशद करून सांगितले. शेवटी सुकेशा भरद्वाजाच्या प्रश्नाला उत्तर देताना त्यांनी मनुष्याच्या सोळा कलाही स्पष्ट करून सांगितल्या.

दधीचिंच्या पत्नीला देव खूप घाबरत असत. एकदा पराभूत देव घाईघाईने आश्रमात येऊन आपली शस्त्रे तिथे लपवून गेले. त्यावेळी त्यांची पत्नी तिथे नव्हती. आल्यावर या शस्त्रांसाठी असूर दधीचिंना त्रास देतील अशी तिला चिंता वाटली. तेव्हा दधीचिंनी ती शस्त्रे गिळून टाकली. त्या दिव्य शस्त्रांचे तेज त्यांच्या शरीराशी एकरूप झाले.

श्री चित्रावशास्त्री सांगतात, की महाभारतातील शल्यपर्वात अशी कथा आहे, की एकदा इंद्राने अलंबुषा नावाच्या अप्सरेला दधीचि ऋषींकडे पाठवले. कदाचित त्यावेळी ते सरस्वती नदीत स्नान करत असावेत. तिला पाहून त्यांचे वीर्यस्खलन झाले. ते सरस्वती नदीत पडले. तिला पुत्र झाला तो *सारस्वत* नावाने प्रसिद्ध झाला.

यांचा आश्रम सरस्वती नदीच्या तीरावर होता, असा पुराणात उल्लेख आहे. महाभारतातही तसाच उल्लेख आहे. ब्रह्मपुराणात त्यांचा आश्रम गंगातीरावर होता असे म्हटले आहे. या ऋषींना *अश्वाशिर* व *नारायण कवच* माहीत होते. हे नारायण कवच श्रीमद् भागवतात सहाव्या स्कंधात बिश्वरूप इंद्राला सांगतो, असा उल्लेख आहे.

असा हा वेदवेत्ता, व्यासंगी ऋषी, मोठ्या ऋषींचा पुत्र व मोठ्या ऋषींचा पिता. कृतज्ञतेमुळे आपला जीवही धोक्यात घालून उपकारकर्त्याचे उपकार स्मरणारा. देवांसाठी पत्नीचा रोष ओढवून घेणारा व नंतर प्राणही अर्पण करणारा एक महान ऋषी. अशा लोकांमुळेच संस्कृती घडते, समाजात चांगली मूल्ये रुजतात.

⌘

ऋषी गौतम

गोदावरी म्हणजेच दक्षिण गंगेला दक्षिणेत ब्रह्मगिरीवर आणणारे महान ऋषी. माणूस चुका करू शकतो, पण म्हणून तो पूर्णपणे वाईट ठरत नाही. ही प्रगल्भता असणारा विशाल हृदयाचा ऋषी. सूक्तद्रष्टा ऋषी.

बऱ्याच ऋषींच्या बाबतीत जी अडचण येते तीच गौतम ऋषींच्याबद्दलही येते. एक तर एकाच नावाचे बरेच ऋषी असतात व दुसरे म्हणजे त्यांच्याबद्दलची माहिती अगदीच थोडी मिळते. ऋग्वेदातील चौथ्या मंडलामध्ये वामदेव गौतमांची स्वतःची ५३ सूक्ते व १ इंद्राबरोबर व १ इंद्र व अदितींच्या बरोबर अशी ५५ सूक्ते या गौतमांच्या नावावर आहेत. हे वामदेव असून गौतम कुलातील असण्याची शक्यता जास्त आहे.

एक गौतम *दीर्घतपस* ऋषींचे पुत्र होते. या गौतमांनी पशुतुल्य वर्णन केले होते. त्यांनी *औशीतरी* नावाच्या एका शुद्र स्त्रीशी विवाह केला होता.

आपण ज्या गौतमांचा विचार करणार आहोत ते वैवस्वत मन्वंतरातील सप्तर्षींपैकी एक होत.

गौतम ब्रह्मगिरीवर तप करत होते. तेव्हाची ही कथा आहे. हे अंगीरस कुलोत्पन्न राहूगणाचे पुत्र असावेत. वदंता अशी आहे, की त्यांच्या नावावरही ऋग्वेदात काही मंत्र आहेत. कुठले मंत्र त्यांचा उल्लेख काही मिळू शकला नाही.

पण सप्तर्षींपैकी एक आहेत म्हटल्यावर ती शक्यता आहे. सनत्कुमारांकडून ते ब्रह्मविद्या शिकले असे म्हटले जाते.

त्यांना शेतीची आवड होती व त्यांनी भाताची शेती केली होती. दुष्काळ पडला तरी त्यांची शेती फळत फुलत होती. त्यामुळे लोक त्यांच्या आश्रयाला आले. यांनी ही सर्वांना अन्न देऊन त्यांचे प्राण वाचवले.

या पाण्याच्या संदर्भात ऋग्वेदातील ११२व्या सूक्तात असा उल्लेख आढळतो, की गौतमांना पाणी मिळत नव्हते तेव्हा अश्विनीकुमारांनी डोंगराच्या खाली पाणी अडवून ते कालव्यांनी त्यांच्या आश्रमापर्यंत नेले. त्यामुळे त्यांना पिण्यास व शेतीस मुबलक पाणी उपलब्ध झाले. यावरून त्या काळी बांध, कालवे माहीत होते व त्याचा उपयोग होत होता, असे दिसते.

त्याच सुमारास तिकडे कैलासात पार्वतीदेवींना गंगेचा खूपच मत्सर वाटू लागला व तिला शंकरांच्या जटेतून हुसकावून लावण्याचा त्यांनी घाट घातला. आपला पुत्र गणेश व दासी जया यांची तिने मदत घेतली. गणेशाने ब्राह्मणाचे रूप घेतले व गणेशभट म्हणून ब्रह्मगिरीवर वास्तव्य केले. जयाने गायीचे रूप घेतले व गौतम ऋषींच्या शेतात शिरून ती पीक खाऊ लागली. पिकाचे नुकसान झाले तर अनेकांच्या जीवनमरणाचा प्रश्न उभा राहील असा विचार करून गौतमांनी एक दर्भ अभिमंत्रून गायीवर टाकला. लागलीच गाय गतप्राण झाली. ऋषींना गोहत्येचे पाप लागले. गणेशट वगैरे मंडळींनी त्यांना प्रायश्चित्त घेण्यास सांगितले. गंगास्नान करून पाप धुवून टाकावे. शेत सोडून लांब जाऊन स्नान करून येणे म्हणजे पिकावर पाणी सोडणे असा विचार करून ऋषींनी श्रीशंकरांचे ध्यान केले. त्यांचे तप, ज्ञान व उदारता बघून शंकर प्रसन्न झाले. ऋषींसाठी ते प्रकट झाले. त्यांच्या विनंतीवरून त्यांनी आपली जटा तिथे आपटली व गंगा अवतरली. त्या गंगेत ऋषींनी स्नान केले व पापक्षालन केले. इकडे गंगेच्या धारेच्या स्पर्शाने गाय जिवंत होऊन निघून गेली. गौतमांना गाईला जिवंत बघून खूपच संतोष वाटला.

श्रीशंकरांनीही तिथेच त्र्यंबकेश्वरी वास्तव्य केले. आजही त्र्यंबकेश्वरचे ज्योतिर्लिंग तिथे आहेत. आजही गोदावरीला गंगाच म्हटले जाते. गायीला जिवंत केले म्हणून ती गोदावरी व गौतमांच्या विनंतीला मान देऊन ती आली म्हणून तिला गौतमीही म्हणतात. माऊलींनी ज्ञानेश्वरीत या कथेचा उल्लेख केलेला आहे.

हा परिसर पुढेही पवित्र मानला जाऊ लागला. आजही ब्रह्मगिरीची प्रदक्षिणा पुण्यप्रद मानतात. विठ्ठलपंत, रुक्मिणीबाई आपल्या मुलांना ही प्रदक्षिणा करण्यास घेऊन गेले होते. त्यावेळी निवृत्तीनाथांना गहिनीनाथांचे दर्शन व कृपा लाभली होती. इथेच त्यांना नाथपंथाची दीक्षा मिळाली होती. भक्तीची ही इथेच त्यांच्या हृदयी रुजवात झाली होती. हे नाथपंथी ज्ञान व ही भक्ती त्यांनी ज्ञानेश्वरांना बहाल केली होती.

या गौतम ऋषींबद्दल दुसरी एक कथा प्रसिद्ध आहे. ब्रह्मदेवांनी मोठ्या कौतुकाने व कौशल्याने एक अप्रतिम स्त्री निर्माण केली. तिचे नाव *अहल्या.* त्यांनी तिला गौतमांच्या आश्रमात ठेवले. काही वर्षांनी ब्रह्मदेव परत आले व त्यांनी कन्येची मागणी केली. गौतमांनी ती कन्या त्यांच्या हवाली केली. इतके वर्षं आश्रमात राहूनही युवा ऋषींनी तिच्याकडे वाकड्या नजरेने कधी पाहिले नव्हते. त्यांच्या या गोष्टीवर प्रसन्न होऊन त्यांनी तिचा विवाह गौतमांशी करून दिला. वास्तविक इंद्र, वरुण, वायू, अग्नी सर्वांना ती हवी होती. इंद्राला तर ती फारच हवीशी वाटत होती.

न राहवून इंद्राने गौतमांचा वेष धारण करून त्यांच्या आश्रमात प्रवेश केला व अहल्येला आपली इच्छा सांगितली. अहल्येने त्याला ओळखले, पण क्षणभर तिच्या मनात मोह निर्माण झाला. प्रत्यक्ष देवराज इंद्र माझा सहवास इच्छित आहेत. त्यांच्या इच्छेला होकार द्यावा का? तिच्या मनाची चंचलता इंद्राने हेरली व त्याने आपली इच्छा पूर्ण केली. अहल्येलाही त्या प्रसंगाने आनंदच झाला. ती इंद्राला म्हणाली, ''देवेंद्रा, आपण माझी इच्छा केलीत व मला सर्व प्रकारे संतुष्ट केलेत. पण आता इथून त्वरीत जा. गौतमांच्या कोपापासून तुमचे व माझे रक्षण करा.'' *(वाल्मिकी रामायण, श्लोक १९, २० व २१)* पण तेवढ्यात गौतम तिथे आले. निसटू पाहणाऱ्या इंद्राला त्यांनी पकडले व त्याला सहस्रभग होण्याचा व अंडकोष गळून पडण्याचा शाप दिला. इंद्र सहस्राक्ष झाला, त्याचा अंडकोश गळून पडला.

त्याने स्वर्गलोकी जाऊन देवांना सांगितले, ''हे सर्व मी तुमच्यासाठी केले.'' देवांनी हे खरे मानून त्याला बकऱ्याचे अंडकोश बसवले.

पण गौतमांनी अहल्येलाही शाप दिला. आज तिला 'शिळा' होण्याचा शाप दिला असे ऐकवले जाते. प्रत्यक्षात रामायणात उल्लेख आहे, की तिला हवा

खाऊन, उपाशीतापाशी, अदृश्य होऊन राहावे लागले. आजच्या भाषेत तिला वाळीत टाकले व ती एकाकी जीवन जगू लागली. पश्चात्तापात जळू लागली. प्रायश्चित म्हणून कठोर व्रते करू लागली.

गौतमांनीही तिकडे तप केले. त्यांनी अहल्येला उःशाप दिला होता, की श्रीराम येऊन तुझा उद्धार करतील. त्याप्रमाणे ती तप करत राहिली. हा गौतमांचा आश्रम मिथिलेच्या उपवनात होता. श्रीराम ज्यावेळी मिथिलेला आले, तेव्हा त्यांनी निर्मनुष्य आश्रम बघून कुतुहलाने 'असे का?' म्हणून विचारले. तेव्हा विश्वामित्रांनी अहल्येची ही सर्व कथा सांगितली व श्रीरामांना आत चलण्याची विनंती केली.

श्रीराम आश्रमात गेले तेव्हा त्यांनी पाहिले, महासौभाग्यशाली अहल्या तपश्चर्येने तेजस्वी झालेली होती. धुराने वेढलेल्या दीप्त अग्निशिखेप्रमाणे ती दिसत होती. श्रीरामांनी तिचा चरणस्पर्श केला. तिने श्रीरामांचा उचित आदरसत्कार केला. तेव्हा गौतम तिथे आले व त्यांनी सन्मानपूर्वक अहल्येचा स्वीकार केला. त्यांनी श्रीरामांची पूजा केली.

तिथून श्रीराम मिथिलेला गेले. जनकाने आपल्या पुरोहित शतानंदाला पुढे करून श्रीराम व विश्वामित्रांचे स्वागत केले. हा शतानंद गौतम अहल्येचा पुत्र होता. श्रीरामांना पाहिल्यावर त्याला खूपच आनंद झाला. कारण त्याच्या मातेचा उद्धार तेच करणार होते. त्यांनी हळूच विश्वामित्रांना विचारले, ''श्रीरामांना आईकडे नेले होते का? तिने त्यांची पूजा केली का? त्यांना तुम्ही सर्व वृतांत सांगितला का? आई शापमुक्त झाली का? माझ्या वडिलांनी श्रीरामांचे पूजन केले का? श्रीरामांनी प्रसन्न होऊन माझ्य वडिलांना नमस्कार केला का?''

यावर विश्वामित्र म्हणाले, ''शांत हो. मी सर्व काही केले आहे. माझे कर्तव्य मी पूर्ण केले आहे. जसे जमदग्नी व रेणुकामाता एकमेकांशी पुन्हा पहिल्यासारखे आनंदाने राहू लागले त्याचप्रमाणे तुझी आईसुद्धा तुझ्या पित्याला भेटली.''

हा सर्व भाग वाल्मिकी रामायणाच्या बालकांडात एक्कावन्नाव्या सर्गात आलेला आहे.

या सर्व बोलण्यावरून हे सर्व आधीच ठरलेले होते व त्याप्रमाणे ते झाले की नाही हे जाणण्याची शतानंदाची उत्सुकता व विश्वामित्रांचे थोडक्यात सर्व सांगणे स्पष्ट होते.

आज लोकांमध्ये अशी धारणा आहे, की अहल्येला काहीच माहीत नव्हते. तिला बिचारीला उगाचच शाप सहन करावा लागला. वाल्मिकी रामायण असे सांगत नाही.

पूर्वी घराण्यातील कुणीही काही केले तर कर्त्या पुरुषाला जबाबदार धरले जाई. त्या दृष्टीने गौतम ऋषींचे तप करणे समजू शकतो आपण. पण हातून एखादी चूक झाली तर ती व्यक्ती कायमची वाईट ठरत नाही, ही गोष्ट विश्वामित्रही सांगत नाहीत काय? अशा स्थितीत आज समाजाने 'अहल्या, तारा, द्रौपदी, सीता, मंदोदरी' यांना एका पंक्तीत ठेवणे ही समाजाची परिपक्वता दाखवते.

शतपथ ब्राह्मणात अहल्या गौतम आणि इंद्र हे रात्र, चंद्र व सूर्य होत व सूर्याने रात्रीचे घर्षण केल्याचा या कथेत उल्लेख आहे.

रवींद्रनाथ टागोर म्हणतात, हल्या म्हणजे नांगरलेली जमीन अहल्या म्हणजे लागवडीखाली न आलेली जमीन. श्रीरामांनी दक्षिणेकडची भूमी लागवडीखाली आणली. त्याची ही रूपक कथा आहे.

रामायणात गौतमांचा वावर दिसतो. दशरथांच्या मृत्यूनंतर जमलेल्या विद्वानांत यांचा उल्लेख आहे. रामराज्याभिषेकाच्यावेळी वसिष्ठांना साहाय्य करणारे हे होते. सीतेच्या शपथग्रहण प्रसंगीही हे उपस्थित होते.

महाभारतातही त्यांचा वावर आहे. त्यात गौतम हे सप्तर्षींपैकी एक होते. अर्जुनाच्या जन्मोत्सवात हे उपस्थित होते. पण त्यांच्या मुलांची नावे शरद्वान व चिरकारी असल्याचा उल्लेख आहे. प्रत्यक्ष लोकपाल यम यांच्या आश्रमात यांच्याशी चर्चा करण्यासाठी आला होता. अग्निरस ऋषींबरोबर भारतवर्षातील तीर्थक्षेत्रांबद्दल यांनी चर्चा केली होती. अगस्त्य ऋषींच्या कमळाच्या चोरीच्या प्रसंगी हे उपस्थित होते. हे उल्लेख विद्यावाचस्पती अभ्यंकरांच्या भक्तिकोशातील पहिल्या खंडात दिलेल्या माहितीवरून दिलेले आहेत.

भारतीय *तत्त्वज्ञान षड्दर्शने* प्रसिद्ध आहेत. *वैशेषिक, न्याय, योग, सांख्य, पूर्वमीमांसा* आणि *उत्तरमीमांसा.* त्यातील न्यायदर्शनाचे प्रणेते गौतम ऋषी आहेत. पण ते गौतम वेगळे होते. यांचा त्यांच्याशी संबंध नाही, असे म्हणतात.

गौतमांच्या नावावर *गौतम धर्मसूत्र* नावाचा ग्रंथ उपलब्ध आहे. या ग्रंथात श्रुतींची संहिता, ब्राह्मण, पुराणे, वेदांगांचे अनेक उल्लेख आढळतात. त्यावरून ऋषींचा व्यासंग कळून येतो.

श्री. सिद्धेश्वरशास्त्री चित्रावांच्या प्राचीन चरित्र कोशात म्हटले आहे, की बौधायन धर्मसूत्रात, वसिष्ठ धर्मशास्त्रात अपरार्क, तंत्रवार्तिक, काही ग्रंथांवरील शांकरभाष्य, मनुस्मृतीत वगैरे बऱ्याच ग्रंथातून या धर्मसूत्रांचा उल्लेख आढळतो. त्यावरून त्या काळात हा मान्यताप्राप्त ग्रंथ असावा.

यांच्या नावावर *गौतमस्मृती* नावाचाही एक गद्यग्रंथ असल्याचे चित्रावशास्त्री सांगतात. यात २५ विभाग आहेत. भारतातील अनेक स्मृतिग्रंथांपैकी हा एक ग्रंथ आहे. स्मृतिग्रंथ म्हणजे आचरणाचे नियम सांगणारे ग्रंथ.

असे हे आदरणीय गौतम ऋषी. गोदावरी ब्रह्मगिरीवर आणणारे, स्त्रीचा आदर करणारे, चुकीचे प्रायश्चित्त घेतल्यानंतर पत्नीचा सन्मानाने स्वीकार करणारे पोक्त विचारांचे एक महान ऋषी.

⌘

ऋषी पराशर

पराशर हे वसिष्ठपुत्र शक्तींचे पुत्र. ते सूक्तद्रष्टे, तेजस्वी, विचारक, तत्त्वज्ञानी, समाजसंघटक ऋषी होते. वसिष्ठांना शोभणारे हे त्यांचे नातू कृतीही करणारे होते. व्यासांचे ते पिता होत.

महाभारतात पराशरांचा उल्लेख आहे, ती कथा अशी :

वसिष्ठ व अरुंधतीचे ज्येष्ठ पुत्र *शक्ती.* श्रीमद्‌भागवतामध्ये वसिष्ठांच्या अनेक मुलांची नावे स्कंध ४, अध्याय १, श्लोक ४० व ४१ मध्ये दिलेली आहेत. त्यांना शंभर मुले होती. शक्ती हे वेदविद्यासंपन्न होते. त्यांनी विश्वामित्रांचा वादविवादात पराभव केला होता. विश्वामित्रांना वसिष्ठांबद्दल राग होताच; आता त्यांनी शक्तीचाही राग धरला.

एकदा शक्ती वनातून येत होते. वाट अरुंद होती. एकाच माणसाला जाण्याजोगी होती. त्याच वाटेवरून *कल्माषपाद* हा इक्ष्वाकू वंशातील एक राजा येत होता. धर्माप्रमाणे ब्राह्मणाला जाण्यासाठी सर्वांनी– अगदी राजानेसुद्धा– वाट द्यायची असते. म्हणून शक्तींनी कल्माषपादाला मागे जाण्यास सांगितले. पण सत्ता व धनाने राजाचा विवेक ढळला आणि त्याने कोड्याने शक्तींना मारले. शक्तींना क्रोध आला आणि त्यांनी राजाला शाप दिला– ''तू राक्षसासारखा वागलास. तू नरभक्षक राक्षस होशील.'' एका

ब्राह्मणालाही नरमांस शिजवून घातल्यामुळे त्यानेही राजाला असाच शाप दिला होता.

पुन्हा एकदा शक्ती व कल्माषपाद समोरासमोर आले. विश्वामित्रांनी तिथे अदृश्य रूपाने येऊन कल्याषपाद राजाच्या शरीरात किंकर नावाच्या राक्षसाला घुसवले. त्याच्या प्रभावाखाली येऊन राजाने शक्तींना खाल्ले. नंतर विश्वामित्रांच्या प्रेरणेने वसिष्ठांच्या सर्व (शंभर) पुत्रांना खाऊन टाकले. महान मेरू पर्वत पृथ्वीला धारण करतो, त्याप्रमाणे वसिष्ठांनी हे दुःख सहन केले.

तरीही वसिष्ठांनी विश्वामित्रांना शाप दिला नाही. पण आपल्या विधवा सुनांचे दुःख त्यांना बघवेना. त्यांनी आत्महत्येचा प्रयत्न केला, पण अग्नी त्यांना जाळू शकला नाही. समुद्रात गळ्यात धोंडा बांधून उडी घेतली, पण समुद्राने त्यांना बुडवले नाही. खिन्न होऊन ते आश्रमाकडे परतले. वाटेत एका नदीला पूर आला होता. त्यांनी नदीत उडी मारली. नदीनेही त्यांना पाशमुक्त करून किनाऱ्यावर आणून सोडले. ती नदी पुढे *सतलज* म्हणून ओळखली जाऊ लागली. निराश होऊन ते आश्रमात परतले. आश्रमातून कोवळ्या स्वरात वेदपठण चाललेले त्यांनी ऐकले. कुटीमध्ये शक्तींची पत्नी *अदृश्यंती* एकटीच होती. महाभारतात म्हटले आहे की, त्यांच्या मार्गावर अदृश्यंती त्यांच्या पाठोपाठ चालू लागली. तेव्हा त्यांनी वेदपठण– जसे त्यांचे पुत्र शक्ती करीत होते तसेच– करताना ऐकले. शक्तीचा पुत्र अदृश्यन्तीच्या उदरात आहे, हे कळल्यावर त्यांना खूप हुरूप आला.

वाटेत त्यांना राक्षसाने मारलेला कल्माषपाद दिसला. वसिष्ठांनी त्याला शापमुक्त करून पुन्हा आपल्या राज्यात पाठवून दिले. ब्राह्मणाचा अपमान पुन्हा करू नकोस, म्हणून सांगितले. केवढी क्षमाशीलता!

अदृश्यन्तीने वसिष्ठांच्या आश्रमात पराशरांना जन्म दिला. *पराशर* जन्मतःच अत्यंत तेजस्वी होते. वसिष्ठांनी अत्यंत प्रेमाने त्यांचे लालनपालन केले. वसिष्ठच आपले पिता आहेत, असे पराशरांना वाटत होते. अदृश्यन्तीने त्याचा हा गैरसमज दूर केला. आपले वडील वसिष्ठ नसून 'शक्ती' आहेत आणि त्यांना एका राक्षसाने खाल्ले आहे, हे कळल्यानंतर पराशरांनी राक्षस यज्ञ करण्याचे योजले. सर्व राक्षसांना यज्ञात जाळून टाकण्याचा त्यांनी बेत केला.

ते कळल्यावर वसिष्ठांनी पराशरांना त्या कार्यापासून परावृत्त करण्याचा प्रयत्न केला. पूर्वी कृतवीर्य नावाच्या राजाने भृगुवंशीयांना खूप धन दिले

होते. तो राजा मेल्यानंतर त्याच्या वंशजांनी भृगुवंशीयांकडे धन मागितले. काहींनी दिले, काहींनी गाडून ठेवले. क्षत्रियांना राग आला आणि त्यांनी सर्व भृगुवंशीयांची हत्या केली. गर्भस्थ बालकेही सोडली नाहीत. एका ब्राह्मणीने गर्भाला वाचविण्यासाठी मांडी कापून त्यात गर्भ लपवला. पुढे तो मुलगा मांडी फोडून जन्मला. तो ऊरू फोडून आला, म्हणून त्याला *और्व्य* म्हणू लागले. त्याने सर्व क्षत्रियांचा संहार करण्याचा निश्चय केला. तेव्हा मेलेल्या भृगुवंशीयांनी सांगितले, ''आम्हाला मरायचे होते म्हणून आम्ही क्षत्रियांना क्रोध आणवला व स्वतःला मारवून घेतले. आत्महत्या केली असती, तर चांगली गती मिळाली नसती. तू क्षत्रियांचा संहार करू नकोस.'' और्व्य म्हणाला, ''माझा क्रोध शांत झाला नाही, तर तो मलाच जाळून टाकेल.'' तेव्हा पूर्वजांनी क्रोधाला समुद्रात बुडवायला सांगितले. आजही समुद्रात और्व्याचा क्रोध वडनावल बनून अस्तित्वात आहे.

''जसे और्व्याने पूर्वजांचे ऐकले, तसेच तू तुझ्या आजोबांचे ऐक'', असे वसिष्ठांनी पराशरांना सांगितले. पण पराशरांना स्वस्थ बसवेना. वसिष्ठ तीर्थयात्रेला गेले आहेत, असे बघून त्यांनी राक्षस यज्ञ सुरू केला. पुलस्त्य, पुलह, ऋतू, महाक्रन, अत्री वगैरेंनी त्यांना समजावले. ''ब्राह्मण असून निर्दोष राक्षसांची हत्या करू नकोस. तुझ्या वडिलांनाही ते आवडणार नाही'' असे सांगितले. ते ऐकून शेवटी पराशरांनी राक्षस यज्ञ थांबवला आणि यज्ञासाठी प्रज्ज्वलित केलेला अग्नी हिमालयात सोडून दिला.

(हा सर्व कथाभाग महाभारतातील आदिपर्वात १७४ ते १८० अध्यायांतून आलेला आहे.)

पराशरांची ऋग्वेदातील सूक्ते

ऋग्वेदातील पहिल्या मंडलातील ६५ ते ७३ सूक्ते पराशरांच्या नावावर आहेत. ''स्वपराक्रमाने प्रातःकाली जागृत होणारा तेजस्वी अग्नी सोमाप्रमाणे बुद्धिमान आहे. जलाशयाच्या गर्भात लपलेला अग्नी हंसाप्रमाणे 'कलकल' ध्वनी करतो. गाभण गाईप्रमाणे पुष्ट अशा त्या अग्नीचा प्रकाश दूरवर पसरतो. गृहाप्रमाणे सुखकर, शिजवलेल्या यवासदृश आनंदकारक, ऋषींप्रमाणे स्तुतिकर, युद्धातील अश्वासदृश हर्षयुक्त असा प्रशंसनीय आणि अजेय अग्नी आम्हांस संपत्ती देवो.'' ...''वनांवर विजय प्राप्त करणारा आणि मनुष्यमात्रांचा मित्र

असा अग्नी तरुण सेवकावर प्रेम करणाऱ्या राजाप्रमाणे तरुण उपासकावर प्रेम करतो. संरक्षक, पराक्रमी, बुद्धिमान आणि होतृ अग्नी आमचा हलवाहक होवो.'' शिवाय *सौपर्णयुक्त* नावाने सुविख्यात असणारी ऐंशी ऋचांची अकरा खिलसूक्तेही त्यांच्या नावावर आहेत.

पूज्य पांडुरंगशास्त्री आठवले म्हणतात, ''वेदांमध्ये त्यांनी भौगोलिक वर्णन अतिशय सुंदर केले आहे. त्याच्यावरून असे वाटते की, ते किती ठिकाणी फिरले असतील! त्यांनी सृष्टीकडे वेगवेगळ्या नजरेने पाहिले आहे. विद्वत्तापूर्ण बुद्धी व काव्यमय हृदय दोन्ही त्यांच्यात दिसतात.'' अग्नीच्या गुणांसाठी अग्नीची पूजा केली पाहिजे, असे पराशरऋषी सांगतात.

अन्य ग्रंथरचना

निसर्गाबद्दलचे त्यांचे प्रेम त्यांच्या *वृक्ष-आयुर्वेद* ग्रंथातही दिसून येते. आजच्या भाषेत सांगायचे तर, त्यांनी वनस्पतीशास्त्रावर प्रमाणभूत ग्रंथ लिहिला आहे! आज आयुर्वेद शिकणारे त्या ग्रंथाचे अध्ययन करतात.

त्याचप्रमाणे त्यांचे 'होराशास्त्रा'वरही ग्रंथ आहेत. म्हणजे, त्यांचा ज्योतिषाचा अभ्यासही चांगला होता. या ग्रंथाचे नाव काही जण *ज्योतिपराशर* असेही सांगतात.

पराशरांनी स्मृतिग्रंथही लिहिला आहे. तो *पाराशरस्मृती* म्हणून प्रसिद्ध आहे. विद्यावाचस्पती अभ्यंकर सांगतात की, ही स्मृती वीस प्रमुख स्मृतींपैकी आहे. यात १२ अध्याय आणि ५६९ श्लोक आहेत. पहिल्या अध्यायात चातुर्वर्ण्याचे निरूपण, अतिथिसत्काराचे फल, षट्कर्मांचे ब्राह्मणाला लाभणारे फल; दुसऱ्या अध्यायात कलियुगातील गृहस्थाची कर्तव्ये; तिसऱ्यात जन्म-मरण, शौच-अशौच कथन आणि पुढील नऊ अध्यायांत प्रामुख्याने विविध प्रायश्चित्तांचा विचार आला आहे.''

अन्य ऋषींना घेऊन पराशरांकडे धर्माचे ज्ञान घेण्यासाठी व्यास गेले. सत्ययुगात मनूचा, त्रेतायुगात गौतमाचा, द्वापरयुगात शंख-लिखिताचा, तर कलियुगात पराशरांनी सांगितलेला धर्म अत्यंत श्रेष्ठ व उपयुक्त आहे, असे मानतात. कलियुगात दानाचे महत्त्व आहे. स्वतःहून जाऊन दिलेले दान हे श्रेष्ठ दान. ते आदरपूर्वक दिले जाते. श्रद्धेने पण बोलावून दिलेले दान मध्यम, तर

याचना केल्यानंतर दिले जाणारे दान कनिष्ठ होय. कलियुगात तर सेवा घेऊन दान दिले जाते. ते निष्फल दान होय.

चारही वर्णांच्या धर्माचा पालनकर्ता सदाचारच आहे. धर्माच्या केवळ कथनाने नव्हे, तर आचाराने धर्मधारणा होते. जो आचारभ्रष्ट होतो, धर्माचरण सोडून देतो; त्याच्यापासून धर्मही विमुख होतो... ब्राह्मणाने संध्या-स्नान-जप, हवन, वेदाध्ययन, देवतांचे पूजन, अतिथिसेवा आणि बलि-वैश्वदेव ही सहा प्रकारची कर्मे प्रतिदिन करणे उचित आहे.

बीज नेहमी सुपीक शेतात पेरावे, धन सुपात्रालाच द्यावे; दोन्हींचे फल गोमटेच असते. व्रती ब्राह्मण, वेदाध्यायी आणि अतिथी तिघेही अपूर्वच आहेत. त्यामुळे तिघांचाही सन्मान करणे उचितच.

ज्या ग्रामात व्रतरहित आणि वेदाध्ययनहीन ब्राह्मण भिक्षा मागतात, त्या ग्रामातील लोकांना राजाने दण्ड करावा.

क्षात्रधर्म, वैश्यधर्म वगैरेंबद्दल अशाच रीतीने विस्ताराने सांगितले आहे. गृहस्थाश्रमींच्या कर्तव्यांचीही चर्चा केली आहे. सदाचाराचा मार्ग सोडून वागणाऱ्यांसाठी या स्मृतीत अनेक कठोर प्रायश्चित्ते सांगितली आहेत. समाजाने सदाचरण सोडू नये, याच हेतूने ही प्रायश्चित्ते सांगितलेली आहेत.

पराशर गीता

महाभारताच्या शांतिपर्वातील मोक्षधर्मपर्वामध्ये २९० ते २९८ अशा नऊ अध्यायांमध्ये 'पराशर गीता' आलेली आहे. हा मुळात पराशरांनी जनकांच्या विनंतीवरून केलेला उपदेश आहे. पण तो इतका मोलाचा आहे की, भीष्माचार्यांनी तो धर्मराजाला ऐकवला आहे.

जनकराजा पराशरांना विचारतात—

'किं श्रेयः सर्वभूतानाम् अस्मिन् लोके परत्र च।
यद् भवेत प्रतिपत्तव्यं तद् भवान् प्रब्रवीतु मे।।'

म.भा. शान्ति २९०.४०

पराशर म्हणतात—

'धर्म एव कृतः श्रेयान् इहलोके परत्र च।
तस्माद् हि परमं नास्ति यथा प्राहुर्मनीषिणः।।'

म.भा. शान्ति २९०.६

या लोकात व परलोकात जे सर्व भूतांना श्रेयस्कर आहे, ते म्हणजे धर्माचे विधिपूर्वक अनुष्ठान करणे. त्यात त्यांनी चातुर्वर्ण्यांनी आपापले धर्म पाळावेत म्हणजे समाज व्यवस्थित राहील, असे मत प्रतिपादित केले आहे. आपण सत्कर्म व स्वकर्म करून पुण्य कमावले असेल, तर सुख मिळेल. नसेल, तर दु:ख मिळेल. कर्मपरिपाकाच्या सिद्धान्ताचा ते पुरस्कार करतात. नेत्र, मन, वाणी व क्रिया यांच्याद्वारे चार प्रकारची कर्मे मनुष्य करतो आणि त्यानुसार फल प्राप्त करतो.

इंद्रियसंयम, क्षमा, धैर्य, तेज, संतोष, सत्य भाषण, लज्जा, अहिंसा, दुर्व्यसन नसणे, तसेच दक्षता– यांनी नेहमी सुख प्राप्त होते. पुण्य व पापाच्या लेपापासून दूर राहून परमात्म्यामध्ये मन लावावे. दुसऱ्याने केलेल्या ज्या कर्मांची तुम्ही निंदा करता, ते कर्म तुम्ही स्वत: कधी करू नका.

इंद्रियरूप घोड्यांनी ओढला जाणारा मनोमय (सूक्ष्म देह) असा एक रथ आहे. ज्ञानाकार वृत्ती या घोड्यांचे लगाम आहेत. अशा रथावर स्वार होऊन जो पुरुष यात्रा करतो, तो बुद्धिमान असतो. (इथे कठोपनिषदातील रथ आठवतो. इंद्रिये घोडे, मन लगाम, बुद्धी सारथी व आत्मा रथी!) माणसाने अंतर्मुख होऊन (कठोपनिषदाच्या भाषेत आवृतचक्षू होऊन) ईश्वराला शरण जाऊन त्याची उपासना करावी.

पापाच्या दु:खदायी मार्गाने जाऊ नये. पापाचा काळा रंग लवकर धुतला जात नाही. पापाचे फल मिळतेच– मग ते अजाणता झालेले असू दे वा जाणूनबुजून केलेले असू दे.

देव व ऋषी-मुनींद्वारा काही अनुचित कर्म झाले असेल, तर त्याचे अनुकरण करू नये आणि त्यासाठी देवांची वा ऋषी-मुनींची निंदाही करू नये. (तैत्तिरीय उपनिषदांतील गुरूही हेच सांगतात. आमच्या वाईट गोष्टींचे अनुकरण करू नका, चांगल्या गोष्टींचेच अनुकरण करा.)

दान देणे हे पुण्याचे काम आहे. न्याय्य मार्गानेच धन मिळवावे, वाढवावे, धर्मासाठी त्याचा उपयोग करावा. अतिथीचा योग्य सत्कार केला पाहिजे. माणसावर पाच प्रकारची ऋणे असतात. वेदशास्त्रांचे अध्ययन करून ऋषिऋण फेडावे. यज्ञ करून देवतांचे, श्राद्ध व दानाने पितरांचे, स्वागत-सत्कार करून अतिथीचे ऋण फेडावे. ज्यांची आपल्यावर जबाबदारी आहे, त्यांचे पोषण

करून त्यांचे ऋण फेडावे. भगवंतांचे गुणगान करावे, त्यांची पूजा करावी. गुरुजनांची सेवा करावी. अग्निहोत्राचे महत्त्व आहे, पण त्याहूनही सदाचाराचे महत्त्व अधिक आहे.

सत्संगाचे महत्त्व फार मोठे आहे. सत्संग प्राप्त होण्यासाठी सदा प्रयत्नशील राहावे. धर्माच्या विरुद्ध असणारे कर्म कितीही लाभदायक वाटत असले, तरी ते करू नये. प्रत्येकाने आपापल्या वर्णानुसार विहित कर्म प्रेमाने, श्रद्धेने व दृढतापूर्वक करावे. अन्य कर्मे करू नयेत. विषयासक्त मनुष्याचे पतन होते. असंतोष हे दुःखाचे कारण आहे. लोभाने मन व इंद्रिये चंचल होतात आणि बुद्धी नष्ट होते. तो टाळावा. सदाचार कधीही सोडू नये.

त्यांनी चातुर्वर्ण्याचे समर्थन वारंवार केले आहे. तसेच *'न चापि शूद्रः पतति इति निश्चयः।'* हे निश्चित आहे की, शूद्र पतित नसतो. वेदशास्त्रसंपन्न व्यक्ती शूद्राला प्रजापतीसारखा मानतो, कारण सेवा करून प्रजेचे पालन शूद्र करतो.

गुणहीन माणसाचे या जगात कुणीच नसते. दुर्लभ मनुष्य शरीर मिळूनही जो दुसऱ्यांचा द्वेष करतो, धर्माचा अनादर करतो, मनाच्या कामनांमध्ये बुडून जातो; तो चांगली संधी वाया घालवीत असतो.

शेवटी जनकांनी विचारले, ''श्रेयाचे साधन काय आहे? उत्तम गती कोणती? कुठले कर्म नष्ट होत नाही? जीव कुठे गेला असता पुन्हा परत येत नाही?''

त्यावर पराशर म्हणाले, ''आसक्ती नसणे हे श्रेयाचे साधन आहे. ज्ञान सर्वांत उत्तम गती आहे. आपण केलेले तप, सुपात्री दिलेले दान हे नष्ट होत नाही. अधर्माचा नायनाट करून धर्माचे श्रद्धेने पालन करणारा मुक्त होतो. इंद्रियसंयम, सदाचार, सत्संगच माणसाचा खरा उद्धार करतो.''

पत्नीच्या संदर्भात म्हटले आहे की– पती नाहीसा झाला, मृत झाला किंवा क्लीब असला; तरी स्त्रीने दुसरा विवाह करू नये.

संकटात आधी देहाचे रक्षण करावे, मग धर्माचे आचरण करावे. पराशरांचा व्यासंग दांडगा होता. त्यांनी मनू, गौतम, शंख आदींच्या स्मृतींचा उल्लेख केलेला आहे. त्यांनी समाजधारणेचे नियम अत्यंत विचारपूर्वक आपल्या स्मृतीत दिले आहेत. पुढे अनेकांनी त्यांच्या स्मृतीतील उद्धरणे दिली आहेत. आजही त्यांचे विचार समाजाला उपयोगी आहेत, लाभदायक आहेत.

त्यांचा बृहत्पराशर होराशास्त्र या ज्योतिषशास्त्रावरील ग्रंथात १२००० श्लोक आहेत, असे भारतीय संस्कृतिकोशात म्हटले आहे. त्यांचा नीतिशास्त्रावर ग्रंथ आहे, वास्तुशास्त्रावरही ग्रंथ आहे *(पराशरोदितं वास्तुशास्त्रम्). पराशरोपपुराण, पराशरोदितं केवलसारम्* आदी ग्रंथही त्यांच्या नावावर आहेत. कृषीवर व आयुर्वेदावरही त्यांचे ग्रंथ असल्याचा उल्लेख मिळतो. विविध विषयांवरील त्यांचा व्यासंग पाहता मन थक्क होऊन जाते.

पराशरांचे दहा सिद्धांत

पूज्य पांडुरंगशास्त्री आठवले म्हणतात– त्यांचे दहा सिद्धान्त महत्त्वाचे आहेत. १) तात्त्विक, व्यावहारिक व कौटुंबिक सत्य सिद्धांत निश्चित करा. ते सिद्धांत सत्य म्हणजे त्रिकालाबाधित असले पाहिजेत. २) सत्य सिद्धांताचे व्रत घेतलेली व्रतनिष्ठ माणसे तयार व्हायला पाहिजेत. ३) जगातील बुद्धिशक्ती, शरीरशक्ती व वित्तशक्ती यांचा प्रवाह अशी व्रतनिष्ठ माणसे तयार करण्याकडे वळवावा. दान केले पाहिजे. कुणी बापुडा, दीन बनणार नाही याची काळजी घ्या. ४) जीवन पुष्ट होण्यासाठी आग्रह ठेवा. पृथ्वीवर स्वर्ग आणण्याचा प्रयत्न केला पाहिजे. ५) क्षत्रियांची युयुत्सुवृत्ती व प्रतिकारवृत्ती पुष्ट करा. शक्तिपूजा झाली पाहिजे. ६) प्रभावी नेतृत्व असले पाहिजे. ७) स्त्रीला निराळे शिक्षण दिले पाहिजे. ८) वैभवासाठी सतत प्रयत्न करीत असले पाहिजे. ९) ज्ञानी पुरुष, शक्तिशाली पुरुष आणि वैभववान पुरुष यांनी सतत हातात हात घालून, एकत्र राहून काम केले पाहिजे. १०) परमेश्वराबद्दलची भीती, प्रीती आणि आत्मीयता समाजात वाढली पाहिजे.

व्यासांचे पिता म्हणून आम्हाला पराशर माहीत आहेत. 'देवाघरचे ज्ञात कुणाला?' नाही तर– मला कुणाबद्दल आकर्षण का वाटले असते?' असे म्हणत सत्यवतीशी ते एकांत करणारे अन् नंतर 'मला न राहिली ओढ प्रपंचाची', 'साद देती हिमशिखरे' म्हणून निघून जाणारे पराशर!

पराशर-सत्यवतीपासून व्यासांच्या जन्माची कथा व्यासऋषींच्या प्रकरणात सांगितली आहे. ती कथा महाभारतात आदिपर्वात त्रेसष्टाव्या अध्यायात आलेली आहे. वास्तविक सर्वत्र सदैव हिंडत राहणारे विचारप्रवर्तक, समाज संघटक पराशर असे कुठे मोहित होणारे नाहीत; परंतु 'देवाघरचे ज्ञात कुणाला, विचित्र नेमानेम', हेच खरे! यमुनेच्या त्या द्वीपावर एका महापुरुषाला अवतार

घेण्यास पराशरांना देवाने निवडले होते! त्यांच्या वीर्याने उत्पन्न झालेला मुलगा पुढे *वेदव्यास* म्हणून प्रसिद्धीस आला.

पराशरांनी लग्न केल्याचा कुठे उल्लेख मिळाला नाही. पण पूज्य पांडुरंगशास्त्री सांगतात की, त्यांच्या पत्नीचे नाव *काली* होते. शिवलीलामृतात व श्रीगुरुचरित्रात महानंदेच्या कथेत राजाचा पुत्र व प्रधानकुमारांच्या जन्माची पूर्वकथा सांगणारे पराशरमुनी होते. महाभारतात त्यांचा अनेक ठिकाणी उल्लेख आढळतो. त्यांनी युधिष्ठिरास 'रुद्रमाहात्म्य' सांगितले होते. रुद्राच्याच कृपेने त्यांना वेदव्यासांची पुत्र म्हणून प्राप्ती झाली, असा उल्लेख आढळतो. *(महा. अनु. १८.४०.४५)* त्याच पर्वात त्यांनी आपल्या शिष्यांना वेळोवेळी उपदेश केलेला आहे. भीष्माचार्यांच्या अंत्यसमयी पराशर उपस्थित होते.

अशा प्रकारे पराशर हे एक सूक्तद्रष्टे, तेजस्वी, विचारक, तत्त्वज्ञानी, सम ाजसंघटक ऋषी होते. वसिष्ठांना शोभणारे हे त्यांचे नातू त्याचप्रमाणे कृतीही करणारे होते. त्यांनी भारत देशावर फार मोठे उपकार केले आहेत. अशा पराशरांना प्रणाम.

⌘

ऋषी कश्यप

ऋषी कश्यप सप्तर्षींमधील एक ऋषी. विधात्याचा मानसपुत्र, मरीची व कर्दमकन्या कला यांचा हा पुत्र. कर्दमऋषी म्हणजे श्रीसूक्तातील लक्ष्मीचे पुत्रतुल्य भक्त. कश्यप हे अग्नीचे शिष्य होते, असे सांगतात. यांना ताक्ष्य व अरिष्टनेमी अशी अन्य नावे आहेत. कश्यप म्हणजे कासव. हे इंद्रियजयी नाव असल्यामुळे यांना कश्यप असे नाव मिळाले.

वायुपुराणाच्या मते, यांना *पूर्णिमा* नावाचा सख्खा भाऊ होता व सहा सावत्र भाऊ होते. यांच्या सावत्र मातेन्ने नाव *ऊर्णा* असे होते. *अग्निष्वात्त* नामक पितरही यांचे बंधू होते. यांना *सुरूपा* नावाची बहीण होती व ती ब्रह्माच्या *अंगीरा* नामक मानसपुत्रांना दिली होती.

ऋग्वेदातील काही सूक्ते यांच्या नावावर आहेत. पहिल्या मंडलातील नव्याण्णवावे सूक्त यांच्या नावावर आहे. यात अग्नीची स्तुती केलेली आहे. 'हा जातवेदस् सर्व काही जाणणारा आहे. शत्रूप्रमाणे आचरण करणाऱ्यांना तो जाळून टाकतो. त्याच्यासाठी आम्ही सोमरस तयार करतो. तो आमच्या सर्व संकटांचे निवारण करो. नावाडी आपल्याला नौकेतून समुद्रपार नेतो, त्याप्रमाणे अग्नीसंसारसागरातील दुःखापासून तारून नेवो.' अशी प्रार्थना त्या सूक्तात केली आहे. डॉ. भीमराव कुलकर्णी सांगतात, की ही ऋचा महत्त्वाची मानली जाते आणि अनेक ठिकाणी म्हटली जाते.

नवव्या मंडलातील ६४ वे सूक्त सोमाला वाहिलेले आहे. ''हे सोमा, तू सामर्थ्यशाली व तेजस्वी आहेस, तसेच तू सामर्थ्य वृद्धिंगत करणारे व्रत चालवणारा आहेस... तुझे सामर्थ्य दुसऱ्यांचे सामर्थ्य वृद्धिंगत करत असते. तुझा रसही सामर्थ्यशाली आहे... तू तेज व प्रकाशराजा आहेस. तू आम च्यासाठी धनाची दारे उघड.'' लोकरीच्या गाळणीतून गाळल्या जाणाऱ्या व प्रवाहित होणाऱ्या सोमाचे रसपूर्ण चित्र डोळ्यांसमोर उभे करणारे हे सूक्त आहे. ६७ व्या सूक्तातही त्यांनी गायलेल्या ऋचांतून गाळल्या जाणाऱ्या, आवाज करणाऱ्या, सौभाग्यशाली सोमाची स्तुती केलेली आहे.

नवव्या मंडलातील ११३ वे सूक्तही यांच्या नावावर आहे. ''स्वत:मध्ये महान व अफाट सामर्थ्य धारण करणारा आणि अनेक पराक्रम करणारा, संकटनाशक इंद्र कुरुक्षेत्राच्या जवळ असलेल्या शर्यणावत नामक सरोवराच्या काठी सोमरस प्राशन करो. हे तेजस्वी सोमा, इंद्रासाठी तू अविरत रस देत राहा; कारण इंद्राला तुझी आवश्यकता आहे.''

पवित्र वेदमंत्रांच्या गजरात श्रद्धेने कष्ट करून सत्यपालक ऋत्विज सोमरस काढीत असत. सूर्यपुत्री श्रद्धा हिने भूलोकात पर्जन्यवृष्टीने वाढलेल्या सोमवल्लीला तिथून पृथ्वीवर आणले. गंधर्वांनी सोमवल्लीचा स्वीकार केला व या वल्लींमध्ये गुणधर्मयुक्त रस भरला.

सोमरस अत्यंत स्वास्थ्य प्रदान करणारा, बलवर्धक असा आहे. पूर्वी ही वल्ली हिमालयात व अन्यत्र भरपूर प्रमाणात मिळत असे. आपल्याकडे कराडजवळील डोंगरावर ही वनस्पती मिळे. धनगर लोक ती अचूक शोधून आणून देत असत. आता मात्र ती दुष्प्राप्य झाली आहे. विद्वानमंडळींना शोधासाठी हे क्षेत्र आव्हानात्मक आहे. हे सूक्त बरेच मोठे आहे. याखेरीजही अन्य काही सूक्तांची रचना कश्यपांनी केली आहे– असे भक्तिकोशकार, भारतीय संस्कृतिकोशकार सांगतात.

पूज्य पांडुरंगशास्त्री आठवले सांगतात की, कश्यपांनी विपुल प्रमाणात लेखन केले. त्यांनी लोकांना सत्त्वशील व तेजस्वी बनवले. भारतीय संस्कृतिकोशात यांच्या नावावर *कश्यपसंहिता* (वैद्यकीय), *कश्यपोत्तर संहिता, कश्यपस्मृती* व *कश्यपसिद्धान्त* असे चार ग्रंथ असल्याचे सांगतात.

विविध योनींचे जनकत्व

कश्यपांनी ही सृष्टी वाढवली, असे मानले जाते. त्यामुळे कुणाला आपले गोत्र माहीत नसेल, तर त्याला कश्यपगोत्री मानण्यात येते. कश्यपांकडे पृथ्वीवरील विविध योनींचे जनकत्व कसे जाते याची वर्णने प्राचीन ग्रंथांत आहेत.

त्यांनी दक्ष प्रजापतीच्या तेरा कन्यांशी विवाह केला होता, असा महाभारतात उल्लेख आहे. *अदिती, दिती, दनु, काला, दनायु, सिंहिका, क्रोधा, प्राधा, विश्वा, विनता, कपिला, मुनि* व *कद्रू (महाभारत आदिपर्व)*; यांखेरीज ब्रह्माच्या सांगण्यावरून कश्यपांनी वैश्वानरकन्या *पुलोमा* व *कालका* यांच्याशीही विवाह केला. भागवतात *अरिष्टा* आदी चार भार्यांचाही उल्लेख आहे. यांपैकी कद्रूने तेजस्वी हजार नागांना पुत्ररूपाने मागितले; तर विनतेने बल, तेज, शरीर तथा पराक्रमात कद्रूच्या पुत्रांहून श्रेष्ठ दोनच पुत्र मागितले. कद्रूने यथावकाश एक हजार अंड्यांना जन्म दिला व विनतेने दोन अंड्यांना. महाभारत सांगते की, ती अंडी पाचशे वर्षे तशीच उबेत ठेवली होती. पाचशे वर्षांनी त्यातून एक हजार नाग जन्मले. विनतेची अंडी तशीच होती. कद्रू तिला चिडवायला लागली. अधीर होऊन तिने एक अंडे फोडले. त्यातून *अरुण* जन्माला आला, पण त्याच्या कमरेखालचा भाग पूर्ण विकसित झालेला नव्हता. मातेच्या अधीरतेमुळे आपले नुकसान झाले म्हणून त्याने आईला 'तू कद्रूची दासी होशील' असा शाप दिला. दुसऱ्या अंड्याच्या बाबतीत विनतेने धीर धरला. यथावकाश त्यातून गरुडाचा जन्म झाला. त्याने आईला कद्रूच्या दास्यत्वातून सोडविले. अरुण सूर्याचा सारथी बनला. (गरुडाचे व नागांचे वैर तेव्हापासून आजतागायत चालू आहे.) *गरुड* विष्णूचे वाहन बनला. अमृतप्राप्तीच्या संदर्भात गरुडाची व इंद्राची मैत्री झाली. *तार्क्ष्य, अरिष्टनेमी, आरुणी* व *वारुणी* हेही तिचे पुत्र होते, असे महाभारतातील आदिपर्वात म्हटले आहे.

अदितीने बारा आदित्यांना जन्म दिला. *धाता, मित्र, अर्यमा, इंद्र, वरुण, अंश, भग, विवस्वान्, पूषा, सविता, त्वष्टा* व *विष्णू* असे बारा पुत्र तिला झाले. पुढे बळीचा बंदोबस्त करण्यासाठी कश्यप व अदितीच्या पोटी *वामन*ने जन्म घेतला आणि बळीला पाताळात दडपले. वामनावतारासाठी कश्यपांनी अदितीला पयोव्रत करण्यास सांगितले होते. दितीने दोन जुळ्या मुलांना जन्म दिला. त्यातील हिरण्यकशिपु ज्येष्ठ व हिरण्याक्ष कनिष्ठ. हिरण्याक्षाच्या नाशासाठी विष्णूंना

वराहावतार घ्यावा लागला आणि हिरण्यकश्यपूच्या वधासाठी नरसिंहावतार धारण करावा लागला.

दनूला चौतीस पुत्र झाले. *विप्रचित्ती, शम्बर, नमुचि, पुलोमा, असिलोमा, केशी, दुर्जय, अय:शिरा, अश्वशिरा, पराक्रमी, अश्वशंकू, गगनमूर्धा, वेगवान्, केतुमान, स्वर्भानु, अश्व, अश्वपति, वृषपर्वा, अजन्म, अश्वग्रीव, सूक्ष्म, महाबली, नुहुण्ड, इषुपाद, एकचक्र, विरुपाक्ष, हर, अहर, निचन्द्र, निकुम्भ, कुपट, कपट, शरभ, शलभ, सूर्य* आणि *चंद्रमा* हे दानव तिचे पुत्र. हे सूर्य-चंद्र देवांपैकी नव्हेत.

सिंहिकाच्या पुत्राचे नाव *राहू*. त्याशिवाय सुचन्द्र, चन्द्रहर्ता व *चन्द्रप्रमदर्न* यांनाही तिने जन्म दिला.

क्रोधा किंवा क्रूराने अनेक क्रूर पुत्रांना जन्म दिला. *क्रोधवश गण* ही तिचीच मुले.

दनायूचे चार पुत्र– *विक्षर, बल, वीर* आणि महान असुर *वृत्र*.

कालाचे पुत्र कालाप्रमाणेच भयंकर होते. अस्त्र, शस्त्र, प्रहारात कुशल होते. *विनाशन, क्रोध, क्रोधहन्ता, क्रोधशत्रू, कालकेय* वगैरे नावांनी ते जाणले जात होते.

मुनीने देवगंधर्वांना जन्म दिला. *भीमसेन, उग्रसेन, सुपर्ण, वरुण, गोपनि, धृतराष्ट्र, सूर्यवर्चा, सत्यवाक्, अर्कर्षण, प्रयुत, भीम, सर्वज्ञ, जितेंद्रिय, चित्ररथ, शालिशिरा, पर्जन्य, कलि* व *नारद* आदी मुनीचे पुत्र होत.

प्राधाने मुलींना जन्म दिला. *अनवधा, मनु, वंशा, असुरा, मार्गणप्रिया, अरूपा, सुभगा, मासी* अशी त्यांची नावे होती. याशिवाय *सिद्ध, पूर्ण, बर्हि, महायशस्वी, पूर्णाय, ब्रह्मचारी, रतिगुण, सुपर्ण, विश्वावसु, भानू, सुचंद्र* हे देवगंधर्वही तिचे पुत्र होत. तिने अप्सरांनाही जन्म दिला. *अलाम्बुषा, मिश्रकेशी, विद्युत्पर्णा, तिलोत्तमा, अरुणा, रक्षिता, रम्भा, मनोरमा, केशिनी, सुबाहू, सुरजा, सुप्रिया* वगैरे अप्सरा; तसेच *अतिबाहू, हाहा, हूहू, तुम्बरू* हे श्रेष्ठ गंधर्वही तिच्याच पोटी जन्मले.

अमृत, ब्राह्मण, गात्री, गंधर्व व *अप्सरा* आदींना कपिलाने जन्म दिला होता.

अशा रीतीने विविध योनींचे पितृत्व कश्यपांकडे येते.

श्री. दिवाकर अनंत घैसासांनी आपल्या श्रीमद्भागवतसारमध्ये दक्षाच्या तेरा कन्या– ज्या कश्यपांच्या भार्या झाल्या– त्यांची नावे अशी दिली आहेत. 'अदिती', 'दिती', 'दनु', 'काष्ठा', 'अरिष्टा', 'सुरसा', 'इला', 'मुनी', 'क्रोधवशा', 'ताम्रा', 'सुरभि', 'सरमा', 'तिमी'. या शक्तिरूपिणी आहेत. दितिपासून जलचर व जंतू झाले. सरमापासून वाघसिंहादी हिंसक पशू झाले. सुरभीपासून दुहेरी खुरांचे व दुग्ध देणारे पशू झाले. ताम्रापासून घारी, गिधाडे इत्यादी शिकारी पक्षी झाले. मुनिदेवीपासून अप्सरा झाल्या. क्रोधवशापासून विषारी प्राणी झाले. इलापासून वृक्षवेली झाल्या. सुरसापासून राक्षस झाले. अरिष्टापासून गंधर्व, काष्ठापासून एकेरी खुरांचे पशू झाले. दनूने एकसष्ट दानवांना जन्म दिला. दनुपुत्र वृषपर्वाची मुलगी शर्मिष्ठा व नहुषपुत्र ययातीचा पुढे विवाह झाला. वैश्वानर हा दनुपुत्र. दनूच्या चार मुलींचा विवाह पुन्हा कश्यपांशीच लावून देण्यात आला. त्यांना पौलोम व कालकेच नावाचे साठ दानव झाले.

अदितीच्या बारा पुत्रांपैकी विवस्वानाची पत्नी संज्ञा. तिचे पुत्र मनु, यम व यमी ही मुलगी. अश्विनीकुमारही तिचेच पुत्र.

भिन्न-भिन्न ग्रंथांतून भिन्न-भिन्न नावे व माहिती दिली गेलेली आहे. थोडक्यात सांगायचे तर, पृथ्वीवरील सृष्टीचे– विविध योनींचे जनकत्व कश्यपांकडे जाते. कश्यपांनी प्रजापतीचे काम केलेले आहे.

कश्यपांचा शिष्य परशुराम

कश्यपांचे शिष्यही प्रसिद्ध आहेत. त्यांतील दोन विशेष उल्लेखनीय म्हणजे, जमदग्नीपुत्र *परशुराम* व *विभाण्डक* ऋषी. या विभाण्डक ऋषींचे वास्तव्य कर्नाटकात शृंगेरीजवळ होते. त्यांचा मुलगा *ऋष्यशृंग*. दशरथाने यालाच पुत्रकामेष्टी यज्ञ करण्यासाठी बोलावून घेतले होते.

पूज्य पांडुरंगशास्त्री आठवले यांनी कश्यपांचा अत्यंत लाडका शिष्य म्हणून परशुरामांचा उल्लेख केला आहे. कश्यपांनी अर्बुद पर्वतावर तपस्या केली. म्हणजे, त्यांनी भोवतालच्या सर्व लोकांना सुसंस्कारित केले. सत्कर्म करण्यासाठी प्रेरित केले. त्यांच्यात आध्यात्मिक जागृती घडवून आणली. (पुढे असेच काम स्वत: पांडुरंगशास्त्री आठवले यांनीही केले. कदाचित कश्यपांकडून व अशाच ऋषींकडून त्यांनी प्रेरणा घेतली असेल.)

कश्यपांना सोडून जायला परशुराम तयार नव्हते. तेव्हा त्यांनी शिष्याला समजावले. ''तुझे कर्तव्य आश्रमाच्या चार भिंतींत बांधून ठेवण्यासारखे नाही. विश्वाला तुझी अधिक गरज आहे. जा.'' गुरूंची आज्ञा शिरसावंद्य मानून परशुराम निघाले. त्यांनी 'माझी विद्या कधी निष्फळ न होवो', असा आशीर्वाद मागितला. गुरूला शिष्याच्या अपार सामर्थ्याची कल्पना होती, म्हणून त्यांनी शिष्याकडून वचन मागितले– ''तू कधी अकारण युद्ध करू नकोस; तसे वचन दे.'' शिष्याने अर्थातच तसे वचन दिले.

पुढे परशुरामांनी सहस्रबाहू कार्तिकेय अर्जुनाचा वध केला आणि त्यांच्या पुत्रांनी केलेला पितृवध व त्यांच्या आश्रमाची नासधूस यासाठी शिक्षा म्हणून परशुरामांनी उन्मत्त क्षत्रियांचा संहार केला. काही वर्षे गेली की, ते क्षत्रियांचा संहार पुन्हा करीत. तेव्हा काही क्षत्रिय कश्यपांकडे गेले. कश्यपांनी सर्व चौकशी केली आणि स्वतः परशुरामांकडे ते गेले. त्यांना पाहताच परशुराम गडबडले. त्यांनी त्यांची पूजा केली व जिंकलेली सर्व पृथ्वी कश्यपांना अर्पण केली. कश्यपांनी दक्षिणा म्हणून तिचा स्वीकार केला. परशुरामांना दान केलेली जमीन सोडून अन्यत्र जाऊन राहण्यास सांगितले. आता परशुराम कोठे जाणार? पण आपल्या शिष्याचे सामर्थ्य, जिद्द व निर्लोभी वृत्ती त्यांना माहीत होती. त्यांनी परशुरामांना सह्याद्रीच्या पश्चिमेकडील समुद्र मागे हटवून, जमीन मिळवून तिथे राहायला सांगितले. त्याप्रमाणे परशुरामांनी कोकणपट्टी निर्माण केली. आज चिपळूणजवळ परशुरामांचे मंदिर आहे व सर्व कोकणात परशुरामांना खूप मान आहे.

इकडे परशुराम निघून गेल्यावर कश्यपांनी वैश्यांना हाताशी धरले. त्यांना मूल्यांची निष्ठा शिकवली. भगवंतांच्या मांडीपासून वैश्य झाले, म्हणूनच पृथ्वीला *'कश्यपी'* व *'ऊर्वी'* अशी दोन नावे मिळाली. त्यांनी क्षत्रियांना पुन्हा तेजस्वी केले. ब्राह्मणांना ब्रह्मनिष्ठ केले. सर्व पृथ्वी सहा ब्राह्मणांमध्ये वाटून कश्यप स्वतः आपल्या आश्रमी परत गेले. पुनर्निर्माणाचे महान कार्य केल्यावर नावलौकिक-सत्ता कशाच्याही मोहात न पडता ते पुन्हा आपले आश्रमीय जीवन जगू लागले.

कश्यप-सिद्ध संवाद

महाभारतात आश्वमेधिक पर्वामध्ये कश्यप व सिद्ध यांचा संवाद आलेला

आहे. हा संवाद कृष्णाने अर्जुनाला 'मी युद्धसमयी सांगितलेली गीता विसरलो' म्हटल्यावर पुन्हा उपदेश म्हणून ऐकवलेला आहे. सिद्धांनी कश्यपांना सांगितले की, नाना प्रकारच्या शुभ कर्मांचे अनुष्ठान करून पुण्य प्राप्त केल्यावर या लोकी उत्तम फल व देवलोकात स्थान प्राप्त होते. सिद्धांनी कश्यपांच्या बुद्धीची स्तुती केली. काम, क्रोध आदी शत्रूंवर विजय प्राप्त करण्याबद्दल त्यांचे कौतुक केले. सिद्धांना प्रसन्न झाल्याचे पाहून कश्यपांनीही अनेक प्रश्न विचारले. जसे– जीव शरीराचा त्याग कसा करतो? दुसऱ्या शरीरात कसा प्रवेश करतो? शुभाशुभ कर्मांचे फल कसे भोगतो? शरीर नसल्यावर कर्मे कुठे राहतात? वगैरे. पूर्वजन्म तील पाप-पुण्यांचे भोग संपल्यावर आयुष्य संपते व जीव देह टाकतो. मरताना, पुन्हा गर्भरूप धारण करताना व पुन्हा जन्म घेताना त्याला यातना होतात. या जन्मातील व पूर्वजन्मातील संचित कर्मानुसार दुसरा जन्म प्राप्त होतो. या जन्म-मृत्यूच्या चक्रातून सुटण्यासाठी परब्रह्म परमात्म्यामध्ये चित्ताचा लय करावा. सर्वांवर समभावाने प्रेम करावे. इंद्रियांवर जय प्राप्त करावा. षड्रिपूंपासून दूर राहावे. नियमांचे पालन करून पवित्र जीवन व्यतीत करावे. निरभिमानी राहावे, सदाचारी राहावे. यामुळे पुण्यसंचय होऊन तो परमात्म्यापर्यंत हळूहळू पोचेल, असे सिद्धांनी सांगितले.

कश्यपांमुळे हे अमौलिक ज्ञान जगाला प्राप्त झाले.

अगस्त्यमुनींच्या कमळांच्या चोरीच्या प्रसंगात कश्यप म्हणतात (अनुशासनपर्व ९३.४०)– या पृथ्वीवर जेवढे धान्य, जव, सुवर्ण, पशू व स्त्रिया आहेत; त्या सर्वच्या सर्व एका पुरुषाला मिळाल्या, तरी त्याला संतोष मिळणार नाही. हे जाणून विद्वानाने आपल्या मनाच्या तृष्णेला आवर घालावा.

कुबेरांच्या सात गुरूंपैकी एक कश्यप आहेत. त्यांचा निवास उत्तरेला असतो.

'अत्रिर्वसिष्ठो भगवान् कश्यपश्च महानृपिः ।
गौतमश्च भरद्वाजो विश्वामित्रोऽथ कौशिकाः ।।

(महाभारत, अनुशासनपर्व १५०.३८)

ऋचिकतनयोश्चोग्रो जमदग्निः प्रतापवान् ।
धनेश्वरस्य गुरवः सप्तैने उत्तराश्रिताः ।। १५०.३९'

आपल्या तपोबलाने यांनी पृथ्वी धारण केली होती, असा उल्लेख महाभारतातील अनुशासनपर्वात आहे.

'त्यक्त्वा महीत्वं भूमिस्तु स्पर्धनाङ्गनृपस्य: ।
नाशं जगाम् तां विप्रो व्यस्तम्भयत कश्यप: ।।१५३.२।।'

राजा अंगाबरोबर स्पर्धा करीत असल्याने पृथ्वीची अधिष्ठात्री देवी आपल्या धारणरूप शक्तीचा परित्याग करून अदृश्य झाली होती. तेव्हा कश्यपांनी आपल्या तपोबलाने तिला धारण केले होते.

स्वारोचिष आणि वैवस्वत मन्वंतरातील सप्तर्षींमध्ये ह्यांची गणना होते, असाही उल्लेख अनुशासनपर्वात आला आहे.

रामायणातही कश्यपांचा उल्लेख आलेला आहे. पुत्रप्राप्तीसाठी दशरथांनी अनेक ऋषींशी चर्चा केली, त्यांपैकी एक कश्यप होते. श्रीरामांच्या लग्नाच्या वेळी कश्यपांना पुढे करून दशरथ विदेह देशाकडे निघाले होते. दशरथाच्या मृत्यूनंतर ऋषींनी केलेल्या सल्ला-मसलतीत यांनी भाग घेतला होता. श्रीरामांच्या राज्याभिषेक समयी हे उपस्थित होते. ब्राह्मणपुत्र अल्पायुष्यात मेला, त्यावर चर्चा करण्यासाठी बोलावलेल्या ऋषींत हे होते. श्रीरामांच्या अश्वमेध यज्ञाच्या वेळीही हे उपस्थित होते. त्या प्रसंगी सीतेने घेतलेल्या शपथ प्रसंगीही ते उपस्थित होते. हे सर्व भक्तिकोशात नमूद केले आहे.

ऐतरेय ब्राह्मणामध्ये यांचा उल्लेख आढळतो. शतपथ ब्राह्मणातही हे अग्नीचे शिष्य असल्याचे सांगितले आहे. कूर्म, मत्स्य, पद्म आदी अनेक पुराणांतून यांचे उल्लेख मिळतात.

थोडक्यात, कश्यप अतिशय थोर ऋषी होते, विद्वान होते. समाजाची रचना करणारे वैश्य, क्षत्रिय, ब्राह्मणांचे उद्धारक होते. समस्त जीवांचे पितृत्व त्यांच्याकडे आहे. रामायण-महाभारतकाळात त्यांना सर्वत्र मान होता. असे हे आदरणीय व्यक्तिमत्त्व!

⌘

ऋषी भरद्वाज

सूक्तदृष्ट्या ऋषींमध्ये भरद्वाजांचा अंतर्भाव होतो. ऋग्वेदाचे सहावे मंडल बहुतांश यांच्या सूक्तांचे आहे. त्यातील मंत्रांची संख्या ७६५ अशी आहे. अथर्ववेदातही त्यांचे २३ मंत्र समाविष्ट केलेले आहेत.

भरद्वाज हे बृहस्पतीचे पुत्र. त्यांच्या मातेचे नाव *ममता*. ते अंगीरसांचे वंशज असल्याचा उल्लेख आढळतो. वैवस्वत मन्वंतरात म्हणजेच चालू मन्वंतरात त्यांचा उल्लेख सप्तर्षींमध्ये केला जातो. ते राजा भरताचे समकालीन असावेत. त्यांना दहा पुत्र व दोन कन्या असाव्यात. दहाही पुत्र मन्त्रद्रष्टे होते. त्यांची नावे– *'ऋजिश्वा', 'गर्ग', 'नर', 'पायु', 'वसु', 'शास', 'शिराम्बिठ', 'शुनहोत्र', 'सप्रथ'* व *'सुहोत्र'*. कन्यांची नावे *'रात्रि'* व *'कशिपा'*. 'रात्रि' ही रात्रिसूक्तांची द्रष्टा मानली जाते. सप्तशतीच्या पाठाच्या वेळी हे 'रात्रिसूक्त' म्हटले जाते.

ऋग्वेदातील मंत्र बार्हस्पत्याच्या नावावर ५१० मंत्र आहेत आणि अन्य त्यांच्या वंशातील ऋषींचे असावेत. त्यांची नावे *शंयु भरद्वाज, ऋजिश्वा भरद्वाज, गर्ग भरद्वाज, पायु भरद्वाज, सुहोत्र भरद्वाज, शुनहोत्र भरद्वाज नर* अशी आढळतात. त्यांतील काही त्यांचे पुत्रच होते. पहिली ३० सूक्ते म्हणजे

३१६ मंत्र बृहस्पतिपुत्र भरद्वाजांच्या नावे आहेत. त्यांतील पहिली १६ सूक्ते अग्नीसाठी व पुढील १४ सूक्ते इन्द्रासाठी आहेत.

अग्नी आम्हाला ऊब देतो, रात्री प्रकाश देतो, प्राण्यांपासून आमचे रक्षण करतो, आमचे अन्न शिजवतो, आमचे उद्योग त्याच्यामुळे चालतात; म्हणून तो यज्ञात प्रतिष्ठित असतो. आमच्या आहुती तो देवांपर्यंत पोचवतो. त्याच्यामुळेच आमच्यावर देवांची कृपा राहते. श्रीसूक्तात लक्ष्मीपर्यंत पोचवणारा अग्नीच आहे, असे म्हटलेच आहे.(अग्नीच्या साहाय्याने उद्योग करून धनप्राप्ती होते)

पहिल्याच सूक्तात भरद्वाजऋषी म्हणतात, *'अग्ने त्वं प्रथमः मनोता असि।'* 'तू तेजस्वी आहेस, विद्वानांचे चित्त सर्वांत प्रथम आकर्षित करतोस. विचारपूर्वक केलेल्या कोणत्याही कार्यास तू सिद्धी देतोस. तू आम्हाला संपन्न करतोस. हे सामर्थ्यशाली अग्ने, तू शत्रूंचा पराभव करण्यासाठी आम्हाला सामर्थ्य देतोस. तू आमचे अन्न वृद्धिंगत करतोस. अमृतत्व प्राप्त करण्याची इच्छा करणारे विद्वान तुला दानशूर म्हणतात, तुझे अनुकरण करतात.' हा अग्नी भक्तांद्वारा पूजनीय व आदरणीय असून तो देव-आवाहक, आनंद देणारे धन दान करणारा, प्रजेमध्ये प्रिय व यज्ञस्थळी-यज्ञवेदीत विराजमान झालेला आहे. 'तू आमच्या घरीही प्रज्ज्वलित होतोस. आम्ही नम्र होऊन तुझी प्रार्थना करतो.'

'तू स्वर्ग-पृथ्वीवर सर्व ठिकाणी आपले तेज विस्तारित असतोस. सर्वांचा त्राता हातोस. यशानेच यशस्वी होतोस. जी व्यक्ती तुला प्रतिदिन समिधा व हव्याहुती देऊन तुझी उपासना करते, तसेच जी व्यक्ती तुला विनम्र भावाने घृतयुक्त आहुती देते; ती व्यक्ती तुझ्याकडून संरक्षित झाल्यामुळे सर्वप्रकारचे उत्तमोत्तम ऐश्वर्य प्राप्त करू शकते.'

अशा अनेक प्रकारांनी त्यांनी अग्नीची स्तुती केली आहे. काही सूक्ते वैश्वानर अग्नीसाठीही आहेत.

इंद्राची स्तुती १४ सूक्तांमधून आहे. 'हे पराक्रमी इंद्रा, तू या सोमरसाचे प्राशन कर. तुझी स्तुती सदैव केली जात असते, कारण तू प्रकाशकिरणांचा समूहच बरोबर घेऊन नेहमी वावरतोस. हे घर्षण करणाऱ्या इंद्रा, हे वज्रधारी इंद्रा, तू आपल्या सामर्थ्याने सर्व शत्रूंचा व घेरणाऱ्या संकटांचा समूळ नाश

करीत असतोस.' वगैरे मंत्रांतून इंद्र व सूर्य यांचे एकरूपत्व प्रतीत होते. 'एकविचाराने राहणारे सर्व मरुत्‌गण, हे इंद्रा, तुला सदैव वृद्धिंगत करीत असतात. तुझी कीर्ती गात असतात. पूषन् देव तुझ्यासाठी शंभर प्रकारचे अन्न शिजवीत असतो' वगैरे वर्णनावरून त्याचे पावसाच्या देवतेचेही रूप दिसून येते. त्या काळी शत्रूंना पराभूत करणे व स्वतः अपराजित राहणे, या गुणांवर लोक भाळत असत. त्या काळी रानावनांत राहणाऱ्या लोकांना जीवन हा एक संघर्षच वाटत असणार. इंद्र त्यांना त्यावर विजय प्राप्त करण्यास मदत करतो, म्हणून त्याची प्रार्थना केली जात होती. (गोकुळात या पर्जन्याच्या राजाची इंद्राची पूजा होई, पण पाऊस इंद्रामुळे नाही तर पर्वतांनी, मेघांनी अडवल्यामुळे पडतो, असा विचार करून श्रीकृष्णाने तिथे गोवर्धन पूजा सुरू केली होती.)

याखेरीज इंद्र देवांचा राजाही होताच. भरद्वाजांनी इंद्राकडून व्याकरण शिकले होते. ऋक्तंत्र व ऐतरेय ब्राह्मणात याचा उल्लेख मिळतो. त्यांनी अनेकांना व्याकरण शिकवलेही होते. पाणिनीनेही भरद्वाजांच्या व्याकरणाचा उल्लेख केला होता. याचाच अर्थ, भाषेचा त्यांचा चांगला अभ्यास होता.

त्यांनी इंद्राकडून आयुर्वेद शिकला होता, असा चरकऋषींनी उल्लेख केला आहे. ते स्वतः तीनशे वर्षे जगले होते आणि आयुर्वेदाच्या गहन अध्ययनाच्या आधारे त्यांनी 'आयुर्वेद-संहिते'ची रचना केली होती. ब्राह्मण ग्रंथांमध्ये 'दीर्घजीवितम्' असा त्यांच्याबद्दल उल्लेख आढळतो. ऐतरेय अरण्यकात असा उल्लेख आहे. चरकऋषींनीसुद्धा भरद्वाजांचा 'अपरिमित आयुष्याचे' असा उल्लेख केला आहे. भरद्वाज स्वतः काशीराज दिवोदासाचे पुरोहित होते, त्याच्या पुत्राचे प्रतर्दनाचे पुरोहित होते. त्याचा पुत्र क्षत्राचेही ते पुरोहित होते. तीन पिढ्यांचे पौरोहित्य करण्याएवढे आयुष्य त्यांना आयुर्वेदाच्या अध्ययनाने व प्रयोगानेच प्राप्त झाले होते.

तैत्तिरीय ब्राह्मणामध्ये यासंबंधी एक आख्यायिका आली आहे. भरद्वाजांना सर्व वेदांचे अध्ययन करण्याची तीव्र इच्छा होती. त्यांनी तप करून इंद्राला प्रसन्न करून घेतले आणि तीन वेळा शंभर-शंभर वर्षे वाढवीत तीनशे वर्षे आयुष्य प्राप्त केले. इतकी वर्षे अध्ययन करूनही त्यांची तृप्ती झाली नाही. आणखी अध्ययन करावे, अशीच त्यांची इच्छा होती. मग इंद्राने त्यांना

समजावले, ''अरे, ज्ञान अनंत आहे. किती वर्षे शिकत राहशील? अग्नी सर्व विद्यांचा स्रोत आहे. तू अग्नीची उपासना कर.'' असे म्हणून त्यांनी भारद्वाजांना 'सावित्र्य-अग्नि-विद्ये'चे विधिवत् ज्ञान करविले. त्यांनी त्या अग्नीची उपासना केली. अमृतत्व प्राप्त केले व शेवटी आदित्याशी ते एकरूप झाले.

रामायणात भरद्वाजमुनींच्या आश्रमात श्रीराम गेल्याचा उल्लेख आहे. प्रयागजवळ भरद्वाजांचा आश्रम होता. गंगा पार केल्यानंतर ते प्रयाग क्षेत्राच्या दिशेने प्रवास करीत असताना भरद्वाजांच्या आश्रमापाशी पोचले होते. श्रीरामचंद्रांनी तपस्यापूत, त्रिकालदर्शी, तीक्ष्णव्रतधारी भरद्वाजांचे दर्शन घेतले. अग्निहोत्राची सेवा करून ते नुकतेच मोकळे झाले होते. त्यांनी श्रीरामांचे स्वागत केले व त्यांना तिथेच राहण्याची विनंती केली; पण श्रीरामांनी नम्रतापूर्वक त्यांचा प्रस्ताव अस्वीकार केल्यावर त्यांनी चित्रकूटाचा पत्ता श्रीरामांना सांगितला. येतानाही आधी भरद्वाजांच्या आश्रमात श्रीराम गेले व नंतर अयोध्येकडे रवाना झाले.

महाभारतांतही भरद्वाजांचा उल्लेख आला आहे. या कल्पाच्या प्रारंभी भगवंतांनी ब्रह्मदेवाला वेदांचा, बृहस्पतीला वेदांगांचा, शुक्राचार्यांना नीतिशास्त्राचा उपदेश केला. तसेच नारदांना गांधर्ववेदाचा, भरद्वाजांना धनुर्वेदाचा, गार्ग्यांना देवर्षींच्या चरित्रांचा व कृष्णात्रेयांना चिकित्साशास्त्राचा उपदेश केला. *(महाभारत, शांतिपर्व अ. २१०, श्लोक २१).* त्यावरून या कल्पात भरद्वाज हे धनुर्वेदाचे परम आचार्य होते, असे दिसते.

त्याच पर्वाच्या ५८ व्या अध्यायाच्या तिसऱ्या श्लोकात शुक्राचार्य, इंद्र, मनु, गौरशिरांबरोबरच भरद्वाजांना राज्यशास्त्रांचे प्रणेते असल्याचे सांगितले आहे. राज्यशास्त्रात राजाची कर्तव्ये, प्रजापालन कसे करावे वगैरे सर्व गोष्टींचा समावेश होतो. म्हणजे, या शास्त्राचेही ते विशेषज्ञ होते, असे दिसते.

याच पर्वात पुढे १८२ व्या अध्यायात भरद्वाजांनी भृगुऋषींकडून धर्मशास्त्र, अध्यात्माचा उपदेश घेतल्याचा उल्लेख आहे. यामध्ये सृष्टीच्या उत्पत्तीपासून महत्तत्त्व, अहंकार मग पंचमहाभूते वगैरेंच्या क्रमवार प्रगतीची चर्चा केली आहे. पंचमहाभूतांपासून मग जारज, उद्भिज, स्वेदज, अंडज वगैरे पशू-पक्षी, वनस्पती, कीटक वगैरेंची उत्पत्ती झाली. झाडांना भावना असतात हे जगदीशचंद्र बोसांनी, पुढे सांगितले; पण महाभारतात याचा उल्लेख मिळतो.

झाडे ऐकतात, वास घेतात, पाणी पितात, आजारी पडतात, औषधोपचार करतात. त्यांनाही सुख-दुःखे असतात. भरद्वाजांनी माणसाच्याही शरीराचा खूप बारकाईने विचार केलेला आहे. प्राणांची चर्चा आहे. शरीर नश्वर असले, तरी ते चालविणारी शक्ती शाश्वत आहे. मग समाज, वर्णाश्रमधर्म वगैरे सर्वांबद्दल भरद्वाजांनी भृगूंकडून समजावून घेतले आहे. सत्य-सदाचाराचा आग्रह, परलोकाची चर्चा, मनुष्याच्या जीवनाचे ध्येय काय असावे आदी सर्वांवर सविस्तर चर्चा या संवादात केलेली आहे. ही चर्चा १९३ व्या अध्यायापर्यंत आहे.

या सर्व उपदेशावर भरद्वाजांनी मनन-चिंतन करून *भरद्वाज-स्मृती* व *भरद्वाज-संहिता* ग्रंथांची निर्मिती केली. स्मृतींमध्ये सर्व वर्णाश्रमांच्या आचरणाचे नियम, समाजात वावरण्यासंबंधीचे नियम, राजा-कर्मचारी वगैरे वगैरेंच्या कर्तव्यांची वर्णने असतात. म्हणजे, धर्मशास्त्र व समाजशास्त्रांतही ते प्रवीण होते, असे दिसते.

अशा रीतीने व्याकरणशास्त्र, धर्मशास्त्र, समाजशास्त्र, राज्यशास्त्र, अर्थशास्त्र, धनुर्वेद, आयुर्वेद, भौतिक विज्ञान वगैरे क्षेत्रांत त्यांचे फार मोठे योगदान होते. मुख्यतः अग्नी हा सर्व विद्येचा प्रणेता मानला जातो. त्याचे ते मोठे उपासक होते. अग्नीशी ते तादात्म्य पावले होते. याखेरीज त्यांचे आणखी एक वैशिष्ट्य म्हणजे, त्यांचे सामगायनातील प्रावीण्य. सामगान करणे सोपे नाही. स्वर, आरोह-अवरोह, लय, स्पष्ट उच्चारण, योग्य ठिकाणी आघात वगैरे सर्व गोष्टी त्यात सांभाळाव्या लागतात. सामगायनांत श्वासावर फार नियंत्रण असावे लागते कारण साम मध्ये तोडून म्हटला जात नाही. भरद्वाजांच्या सामगायनाने देव प्रसन्न झाले होते. ऋग्वेदाच्या दहाव्या मंडलातील १८१ व्या सूक्तात असा उल्लेख आहे, (दुसऱ्या मंत्रात म्हटले आहे)—

अविन्दन् ते अतिहितं आसीतं यज्ञस्य धाम परमं गुहायत्।
धातुः द्युतानात् सवितुःच विष्णोः भरद्वाजः बृहत् आ चक्रे अग्नेः ।।

यज्ञाचा परम आधार— त्याचे गुप्त धाम असलेल्या 'बृहत् साम' सर्वांपलीकडे असलेल्या तेजस्वी धात्याकडे होता. हा साम त्याच्याकडून तेजस्वी सविता, पराक्रमी विष्णू व अग्नी यांच्या मदतीने भरद्वाजऋषींनी प्राप्त केला होता. प्रमुख चार सामगायकांमध्ये त्यांचे नाव घेतले जाते.

यामध्ये भरद्वाजांची श्रेष्ठता व वैशिष्ट्य दिसून येते. बृहत् साम तेजस्वी सूर्यामध्ये स्थित असतो. उदय होणाऱ्या सूर्यापासून अस्त होणाऱ्या सूर्यापर्यंत सामाची सर्व अंगे या सामात सामावलेली आहेत.

आपल्या संहिता ग्रंथातही भरद्वाजांनी *बृहत् सामाचे* माहात्म्य गायिले आहे. अन्यत्रही (ऐतरेय ब्राह्मणात) उल्लेख आहे की– ''या बृहत्सामाच्या गायनाने शासनकर्ता संपन्न होतो. त्याचे ओज, तेज व वीर्य वृद्धिंगत होते. 'राजसूय यज्ञ' समृद्ध होतो. राष्ट्र दृढ होते.'' राष्ट्राला समृद्ध व दृढ बनविण्यासाठी भरद्वाजांनी प्रतर्दनाकडून हा यज्ञ करवून घेतला, त्यामुळे त्याला गेलेले राज्य परत मिळाले होते, असा अन्यत्र उल्लेख आहे. महाभारतातही अनुशासनपर्वात प्रतर्दनाची गोष्ट आली आहे.

भरद्वाजांच्या आणखी एका विचाराचा इथे उल्लेख करावासा वाटतो. 'हे अग्ने, तू तीन स्थानांत निवास करतोस. पार्थिवरूपाने अग्नी म्हणून पृथ्वीवर, विद्युतरूपाने अंतरिक्षात व सूर्यरूपाने तू द्यूलोकात स्थित असतोस. तुझ्या अपराजित संरक्षणाद्वारा तू आमच्यासारख्या विद्वानांचे रक्षण कर.' (ऋ. ६/८) त्या वेळी अग्नीचा सामग्र्याने विचार केला गेला होता, हे यावरून स्पष्ट होते. पुढे स्पष्टीकरण दिले आहे. 'राष्ट्रप्रमुखाने उच्चवर्गीय, मध्यमवर्गीय व कनिष्ठ वर्गीय लोकांत जाऊन त्यांची हालहवाल जाणून घेऊन त्यांचे रक्षण करावे आणि राष्ट्राचा उत्कर्ष साधावा.' ही सूचनाही यात अध्याहृत आहे.

काही काव्यमय वर्णनेही आढळतात. 'दिवसाचा गोरा भाग म्हणजे दिवस व काळा भाग म्हणजे रात्र. या दोन्हींनी जगत्‌रूपी वस्त्र विणत व त्या वस्त्रात रंग भरत, आपल्या नियत योजनेनुसार वारंवार आणि परत-परत क्रमाने जगाच्या वस्त्रपटलावर संचार करीत असतात. (ऋ. ६/९)' हा वैश्वानर अग्नी हा पहिला 'होता' (देवांना ऋक् मंत्रांनी बोलवणारा) होय. 'मरणशील प्राणिमात्रांमध्ये हाच मरणरहित अविनाशी ज्योती आहे. तोच हा वैश्वानर अग्नी स्थिर, शाश्वत, अविनाशी, अमर शरीरातूनच निर्माण होणारा व शरीरातच वृद्धिंगत होणारा आहे.' (होता म्हणजे यज्ञातील एक ऋत्विज)

'सर्वज्ञ असा हा अग्नी मार्गाने गात जाणाऱ्या गायकाप्रमाणे आमच्या आनंददायी स्तोत्रांनी आमच्या यज्ञशाळेत वा घरात येतो. वृक्ष-वेली खाऊन टाकणारा व वनातच आश्रय घेणारा अग्नी आपले काम करीत वेगवान व

गतिमान अश्वाप्रमाणे धावतो (६/१२)' एके ठिकाणी वृक्ष-वेली जाळत जाणाऱ्या अग्नीचे 'पृथ्वीचे वपन करीत धावणारा व तरंगरूपाने शिखरापर्यंत पोचणारा' असे वर्णन केले आहे. वणव्याचे असे सुंदर वर्णन त्यांच्या सूक्तातून वाचावयास मिळते.

'हा अग्नी अरणीमध्ये गुप्त रूपाने राहतो व प्रकट झाल्यावर आकाशाकडे झेप घेतो' (६/१५). 'यज्ञकर्ते विद्वान या अग्नीचे अथर्वऋषींप्रमाणे शांत चित्ताने मंथन करीत असतात आणि सैरभैर भटकणाऱ्या गतिमान व ज्ञानी अग्नीला अंधःकारातून पकडून आणतात. (६/१५)'

एकंदरीत, हा कविहृदयाचा विद्वान ऋषी तेजाचा उपासक होता. तेजाशी एकरूप होऊन गेला होता. त्यामुळे शेवटी आदित्यातच विलीन झाला.

⌘

ऋषी वेदव्यास

आषाढी पौर्णिमा ही गुरुपौर्णिमा वा व्यासपौर्णिमा म्हणून ओळखली जाते. ज्या व्यासांच्या नावाची ही पौर्णिमा आहे ते – 'अचतुर्वदनो ब्रह्मा द्विबाहुरपरो हरिः। अभाललोचनः शम्भुः भगवान् बादरायणः॥' म्हटले जातात. अनेक श्रेष्ठ ऋषी होऊन गेले, पण 'भगवान्' ही उपाधी व्यासांनाच लावली जाते.

ऐश्वर्य, धर्म, यश, श्री, ज्ञान, वैराग्य हे सहा गुण 'भग' म्हणून प्रसिद्ध आहेत. या गुणांनी जो युक्त असतो, तो भगवान. व्यासांमध्ये हे सहाही गुण होते. व्यासांचे कार्य महान आहे. म्हणून त्यांना 'चार वदन नसलेला' एकच वदन असलेला ब्रह्मदेव चार बाहू नसलेला, दोन बाहूंचा विष्णू; तीन डोळे नसलेला, दोन डोळ्यांचा महादेव' असे म्हटले आहे. एवढा मान अन्य कुठल्याही ऋषी-मुनींना मिळाला नाही.

हे कुणाचे कोण? कुठल्या वंशातले?

व्यास हे वसिष्ठांचे पणतू, शक्तीचे नातू, पराशराचे पुत्र व शुकाचे वडील. सारी परंपराच लखलखती. वसिष्ठांच्या नावावर तर ऋग्वेदाचे मंडलच आहे. शक्तीने गायत्री मंत्रकर्त्या विश्वामित्रांनाही वादात जिंकलेले, त्यांचीही सूक्ते ऋग्वेदात आहेत. पराशर तर गर्भातच वेदपठण करणारे, ऋग्वेदातील सूक्तांचे

द्रष्टे– पराशर स्मृती, पराशर गीता लिहिणारे. त्यांचे पुत्र म्हणजेच व्यास! व्यासांचे पुत्र शुक!

व्यासांची जन्मकथा

व्यासांच्या जन्माची कथा लोकविलक्षण आहे.

पूर्वी इंद्राचा सखा *वसुराजा* हा चेदी देशावर राज्य करीत होता. हा इंद्राने दिलेल्या स्फटिकाच्या विमानातच वास्तव्य करी, म्हणून याला *उपरिचर वसू* म्हटले जाई. कोलाहल नावाच्या सजीव पर्वताची व शुंक्तिमती नदीची कन्या *गिरिका* त्याची पत्नी होती. तिच्या ऋतुकाली तिने पतिसहवासाची इच्छा व्यक्त केली; पण वसुराजाला तेव्हाच पितरांच्या आज्ञेने वनात जावे लागले. वनातील निसर्गरम्य वातावरणात राजा कामविव्हल झाला व त्याचे वीर्यस्खलन झाले. ते वीर्य त्याने एका पानावर घेऊन एका श्येन पक्ष्याकरवी गिरिकेकडे पाठवले. त्या वीर्यास खाद्यपदार्थ समजून दुसऱ्या श्येन पक्ष्याने या श्येन पक्ष्यावर झडप घातली. झटापटीत ते वीर्य खाली नदीत पडले. नदीत अद्रिका नावाची अप्सरा शापामुळे मासा होऊन पोहत होती. तिच्या पोटात ते वीर्य गेले व तिला जुळे झाले. मुलगा मत्स्य व मुलगी सत्यवती. तिच्या अंगाला माशाचा वास येत होता, म्हणून तिला मत्स्यगंधाही म्हणत. तिच्या अंगाला माशाचा वास येत होता, म्हणून वसूराजाने तिला दाशराज नावाच्या कोळ्यांच्या प्रमुखाला दिले. ती त्याच्या घरी कोळीवाड्यातच मोठी झाली. यमुनेच्या काठी हा कोळीवाडा होता. मत्स्यगंधा तिथे येणाऱ्या यात्रेकरूंना नावेत बसवून यमुनापार घेऊन जात असे. ती अत्यंत रूपवती व गुणवती कन्या होती. त्यामुळे दाशराजाची लाडकी होती.

पराशरऋषी हिमालयाकडे चालले असताना त्यांची व सत्यवतीची गाठ पडली. वास्तविक, पराशरांना वसिष्ठांनी लहानाचे मोठे केले होते. ज्यांनी श्रीरामांवर संस्कार केले, त्याच वसिष्ठांनी पराशरांवरही संस्कार केले होते. ते कुणा स्त्रीला बघून कामविव्हल होणारे नव्हते. पण परमेश्वराची इच्छा अनाकलनीय असते. त्यांनी सत्यवतीचा संग मागितला. सत्यवतीला तीन अडचणी होत्या. पहिली अडचण– 'माझ्या अंगाला घाण वास येतो.' पराशरांनी तो बदलून टाकला. आता तिच्या अंगाला सुगंध येऊ लागला. ती *योजनगंधा* म्हणून ओळखली जाऊ लागली. दुसरी अडचण– 'माझा कौमार्यभंग होईल. मग माझ्याशी लग्न

कोण करेल?' पराशरांनी सांगितले की– तू 'अक्षतयोनी' राहशील– 'कुमारीच राहशील.' तिसरी अडचण होती– दोन्ही तटांवरील लोक बघतील. पराशरांनी धुके निर्माण केले आणि सत्यवतीने यमुनेतील एका द्वीपावर नाव थांबवली. महाभारतातील अनुशासन पर्वांतील १८व्या अध्यायांतील ४० ते ४५ श्लोकांवरून असे दिसते की, रुद्राच्या वरप्रभावाने त्यांना श्री व्यासांची पुत्र म्हणून प्राप्ती व्हायची होती.

काही काळ– अर्धा-एक तास किंवा असाच अल्प काळ त्या दोघांनी द्वीपावर वेळ काढला. तेवढ्या वेळात त्या दोघांचा सहवास होऊन त्यांना आठ-एक वर्षांचा मुलगाही झाला. हे कसे शक्य आहे, हे आपल्या 'महर्षी वेदव्यास' पुस्तकात योगदर्शनकार कृष्णाजी केशव कोल्हटकर विस्ताराने सांगतात. *अमोघवीर्यत्व* असल्यावर हे वैज्ञानिक दृष्ट्या शक्य आहे, असे ते प्रतिपादित करतात. आठ वर्षांचे कृष्णद्वैपायन जन्मत:च विरक्त होते. ते यमुनेमधील द्वीपावर जन्माला आले, म्हणून द्वैपायन आणि काळेसावळे होते, म्हणून *कृष्णद्वैपायन*! त्यांनी मातेला तपासाठी जाण्याची आज्ञा मागितली.

आई म्हणते ''...'जाऊ नको' म्हणणे अमंगल ठरेल, 'जा' म्हणणे मातृवात्सल्याला शोभा देणारे नाही. 'थांब' म्हणणे म्हणजे तुझ्यावर अधिकार गाजवणे ठरेल. 'तुला तुझी बुद्धी सांगेल, तसे कर' असे म्हणणे तुझ्याबद्दल अलिप्तता दाखवणे ठरेल. गप्प बसणेही मला शक्य नाही. 'पुन्हा दर्शन दे', एवढेच मी म्हणू शकते.''

त्यावर पुत्र म्हणाला, ''विशेष प्रसंगी माझे स्मरण करताच मी येऊन तुला दर्शन देईन.'' असे सांगून वडील पराशरांबरोबर कृष्णद्वैपायन तपस्येसाठी-अध्ययनासाठी हिमालयाकडे गेले.

सत्यवती हुशार होती. पराशरांची थोरवी तिने चाणाक्षपणे हेरली असणार आणि यांना प्रसन्न करणे फायद्याचे ठरेल, असा विचार तिने केला असणार. हीच चतुराई शंतनूशी विवाह करण्यात, आपल्याच पुत्राला राज्याचा अधिकार मागून घेण्यात आणि पुढे कुरूंचा वंश चालू ठेवण्यासाठी व्यासांच्या मदतीने अंबिका - अंबालिकांना नियोगपद्धतीने पुत्रप्राप्ती करून घेण्याच्या विचारात दिसून येते. सत्यवती आपले कौमार्य अबाधित ठेवून मोठ्या आनंदाने आपल्या वडिलांकडे– म्हणजे दाशराजाकडे परतली.

ऊर्ध्वरेतस तपस्यापूत ऋषींच्या वीर्यात असे पुत्र निर्माण करण्याचे सामर्थ्य होते, असे म्हणतात. याची काही उदाहरणे दिली जातात : ब्रह्मदेवाने स्त्रीचा सहयोग न घेता पुत्रांना जन्माला घातले होते. मित्रा-वरुणांनी वसिष्ठ व अगस्त्यांना जन्म दिला होता. भारद्वाजांना द्रोणात धरलेल्या रेतापासून पुत्र झालाच होता. *दृष्टद्युम्न* व *द्रौपदी* हे द्रुपदराजास पत्नीच्या सहयोगाशिवायच प्राप्त झाले होते. इथे गुणवान सत्यवतीचा अल्प सहयोग घेऊन पराशरांनी पुत्रप्राप्ती करून घेतली होती. काहीही असो; त्यामुळे भारताला एका महान ऋषींचा लाभ झाला. भारतीय संस्कृती टिकवून ठेवण्याचे महान कार्य याच पुत्राने कृष्णद्वैपायनांनी– म्हणजेच व्यासांनी केले.

वेदांचे वर्गीकरण

कृष्णद्वैपायन आठ वर्षांचे असतानाच आपल्या वडिलांबरोबर हिमालयात गेले. आपल्या विद्वान वडिलांकडून त्यांनी सर्व वेद, वेदांगे वगैरेंचे शिक्षण घेतलेच असणार. अन्य ऋषी-मुनींकडूनही ते काही शिकले असतील. तेव्हा त्यांच्या एक गोष्ट लक्षात आली की– वेदांचा पसारा एवढा वाढला आहे की, एकाला अध्ययन करणे कठीण झाले आहे.

ब्राह्मणांवर– म्हणजे वेद शिकणाऱ्यांवर अनुग्रह करण्यासाठी त्यांनी एक वेद होता, त्याचा विस्तार पाहून चार वेद केले; म्हणून त्यांना 'व्यास' म्हणू लागले. त्याआधी बदरिकाश्रमात तप केल्यामुळे त्यांना लोक 'बादरायण'ही म्हणू लागले. या प्रकारे ते आता वेगवेगळ्या नावांनीही ओळखले जाऊ लागले.

योगदर्शनकार कृष्णाजी केशव कोल्हटकर आपल्या 'महर्षी वेदव्यास' ग्रंथात सांगतात की, पूर्वी विष्णूंनी वेदांच्या प्रचार-प्रसारार्थ अपान्तरतमा नामक ऋषिश्रेष्ठांना नियुक्त केले होते. वेदांचे चार भाग प्रथम त्यांनी केले. ब्रह्मसूत्रांवरील आपल्या भाष्यात श्रीमद् शंकराचार्य लिहितात–

'अपान्तरतमा नाम वेदाचार्यः पुराणर्षिः विष्णु नियोगात्।
कलिद्वापरयोः सन्धौ कृष्णद्वैपायनः संबभूव इति स्मरन्ति।'

कली व द्वापार युगांच्या संधिकालात श्रीविष्णूंच्या आज्ञेने पुराणऋषी अपान्तरतमा नामक *वेदाचार्य कृष्णद्वैपायन* या रूपाने अवतीर्ण झाले, अशी स्मृती आहे.

प्राचीन काळात *अपांतरतमा* या वेदाचार्यांचे वेदप्रवर्तनासंबंधीचे जे कार्य, तेच कार्य करण्याकरिता ते पुन्हा कृष्णद्वैपायन या रूपाने भारतात अवतीर्ण झाले. त्यांना विष्णूंचाच अंश मानतात, म्हणून तर गीतेत 'द्वैपायनोऽस्मि व्यासानाम्' असे भगवान म्हणतात.

श्री. कोल्हटकर यांच्या म्हणण्यानुसार, अपान्तरतमा ऋषींनंतर वैदिक सूक्ते रचली गेली. त्यांचे वर्गीकरण करणे आवश्यक होते. व्यासांनी ते वर्गीकरण केले, त्या-त्या वेदात तशी भर घातली आणि सर्व वेदांची संहिता पुन्हा एकदा संकलित केली.

स्मरणशक्ती कमी असणाऱ्या लोकांनाही वेद शिकता यावेत, म्हणून दयाळू भगवान व्यासांनी वेदांचे (चार) विभाग केले. यासाठी सर्व वेदांचे अध्ययन, मनन, चिंतन वगैरेंनी त्यांना हा अधिकार प्राप्त झाला होता. मग रक्षण व संवर्धनासाठी व्यासांनी एक-एक वेद एकेका शिष्याच्या हवाली केला.

श्रीमद् भागवतातील पहिल्या स्कंधातील चौथ्या अध्यायात रोमहर्षणाचा पुत्र उग्रश्रवा शौनक आदी ऋषींना सांगतात :

'चातुर्होत्रं कर्म शुद्धं वीक्ष्म प्रजानांनि वैरिकम्।
व्यदधाद्यज्ञसन्तत्यैवेदमेकं चतुर्विधम्॥१.४.१९॥
ऋग्यजुः सामाथर्वाख्या वेदाश्चत्वार उद्धृताः
इतिहासपुराणं च पञ्चमो वेद उच्यते॥१.४.२०॥
तत्रर्ग्वेदधरः पैलः सामगो जैमिनिः कविः।
वैशम्पायन एवैको निष्णातो यजुषामुत॥१.४.२१॥
अथर्वाङ्गिरसामासीत् सुमन्तुर्दारुणो मुनिः।
इतिहासपुराणानां पिता मे रोमहर्षणः'॥१.४.२२॥

भगवान व्यासांनी पैलाकडे *ऋग्वेद* सुपूर्द केला. जैमिनीकडे *सामवेद*, वैशम्पायनाकडे *यजुर्वेद* व सुमन्तुकडे *अथर्ववेद* सोपावला. पाचवा *इतिहास-पुराण*रूपी वेद उग्रश्रवाचे वडील रोमहर्षण यांच्याकडे सोपवला.

वेदांची व्यवस्था लावल्यानंतर वेदांतील तत्त्वज्ञान सर्वांपर्यंत पोचवण्याच्या उद्देशाने त्यांनी पुराणांचे लेखन केले. कथेचा आधार घेऊन त्यात तत्त्वज्ञान सांगितले आहे. अशी अठरा पुराणे व्यासांनी रचली. *ब्रह्मपुराण, पद्मपुराण, विष्णुपुराण, शिवपुराण, भागवतपुराण, नारदपुराण, मार्कंडेयपुराण, अग्निपुराण, भविष्यपुराण, ब्रह्मवैवर्तपुराण, लिंगपुराण, वराहपुराण, वामनपुराण, स्कंदपुराण,*

मत्स्यपुराण, कूर्मपुराण, गरुडपुराण, ब्रह्मांडपुराण– अशी अठरा प्रमुख पुराणे रचली. बाकीची छोटी छोटी पुराणेही रचली.

समाजाचे रक्षण व व्यवस्थापन करणाऱ्या या पुराणांना समाजमान्यता होती, म्हणून 'श्रुतिस्मृतिपुराणोक्त फलप्राप्त्यर्थं' असे उच्चारून पूजा केली जाते.

महाभारताचा निर्माता

व्यासांचे हे कार्य महान आहेच, पण त्यांनी 'जय' नावाचा इतिहास लिहून इतिहासलेखनाचाही आदर्श घालून दिला.

आज हा ग्रंथ 'महाभारत' म्हणून प्रसिद्ध आहे. तत्कालीन समाजाचे भले व बुरे असे दोन्ही प्रकारचे चित्र या ग्रंथात बघायला मिळते. तत्कालीन समाजाच्या चाली-रीती, विचार करण्याची पद्धती, नीती, जीवनशैली– सर्व काही या ग्रंथात स्पष्टपणे चित्रित केले आहे. महाभारत लिहिल्यावर व्यासांना वेगळी स्मृती लिहिण्याची गरज उरली नाही. त्यात राजकारण, अर्थकारण, धर्मकारण, समाजकारण– सर्व काही आले आहे. विदुरनीती, भीष्मनीती आहेच. यक्षप्रश्नाच्या प्रसंगी जीवनाच्या अनेक अंगोपांगांवर चर्चा झालेली आहे.

सर्वांत मुख्य म्हणजे, महाभारतात गीता आहे. गीता म्हणजे सर्व उपनिषदांचे सार आहे. त्यातील तत्त्वज्ञान जगाला आजही मार्गदर्शक आहे. असे शाश्वत व मौलिक तत्त्वज्ञान देणारी जगत्-तारक गीता ही महाभारताची देणगी आहे. उगाच नाही या ग्रंथाला समाजाने पाचवा वेद म्हणून डोक्यावर घेतले आहे. ज्ञानेश्वरमहाराज म्हणतात, ''महाभारत विवेकतरूंचे अभिनव उद्यान आहे. प्रमेय महानिधी आहे. सकळ धर्मांचे माहेर आहे. सज्जनांचे जिव्हार आहे. शारदेचे लावण्यभांडार आहे.''

पूज्य पांडुरंगशास्त्री आठवले म्हणतात, ''डॉ. विंटरनिड्स यांच्या म्हणण्यानुसार, सर्व जगात महाभारतासारखे लिखाण नाही. व्यासांचा इतिहास जिवंत व सद्विचारप्रवर्तक आहे. त्यांनी जग हे चांगले-वाईट दोन्ही असणार, या सत्याचा धैर्याने स्वीकार केला आहे. व्यासांनी सर्व परिस्थितीतून उभे राहण्याचे बळ माणसाला दिलेले आहे. जगातील सर्व महाकाव्ये एकत्र केली, तरी त्यांना महाभारताची सर येणार नाही. ते सर्वोत्कृष्ट महाकाव्य आहे.''

'यथा समुद्रो जलवान् यथा च हिमवान् गिरिः।
ख्यातौ उभौ रत्ननिधी तथा भारतम् उच्चते।। महाभा. १.६२.४८
धर्मशास्त्रम् इदं पुण्यम् अर्थशास्त्रम् इदं परम्।
मोक्षशास्त्रम् इदं प्रोक्तं व्यासेन अमित उद्धिता।।' म.भा. १.६२.२३

असे हे महाभारत व्यासांनी नारायणपर्वाच्या सान्निध्यात असलेल्या बंदरी क्षेत्रात सतत तीन वर्षे राहून निर्माण केले. म्हणून त्यांना *बादरायण व्यास* म्हणू लागले. या ग्रंथाला लेखनिक म्हणून प्रत्यक्ष गणेश लाभलेले आहेत. गणेशांनी अट घातली होती, ''मी मध्ये थांबणार नाही. तुम्ही सलग सांगत गेले पाहिजे.'' व्यासांनी ती अट मान्य केली व गणेशांना एक अट घातली, ''अर्थ समजून लिहायचे.'' व्यासांची अगाध, अमित बुद्धिमत्ताच गणेशांचे हे आव्हान पेलू शकणारी होती. अगदी मध्ये कूटप्रश्नांसाठीचा वेळ सोडला, तरी अव्याहतपणे एवढा ग्रंथ सांगणे हे मी-मी म्हणणाऱ्यांनाही शक्य होणारे नाही.

व्यासांची ब्रह्मसूत्रे

व्यासांच्या बुद्धीची उत्तुंगता त्यांच्या 'ब्रह्मसूत्रां'तूनही जाणवते. *ब्रह्मसूत्रे* ही विद्वानांसाठीच आहेत. सामान्यांसाठी पुराणे व महाभारत आहे. व्यासांच्या असे लक्षात आले की– विविध वेदांची जी उपनिषदे आहेत, ती एकत्रितपणे वाचली; तर एका उपनिषदात जे म्हटले आहे, त्याच्या विपरीत विधान अन्य उपनिषदांत मिळते. क्वचित अर्थ नीट उलगडत नाही. त्यांतील पदांचे अर्थ निश्चित करण्याची आवश्यकता होती. म्हणून त्यांनी उपनिषदांवर– म्हणजेच वेदान्तावर ब्रह्मसूत्रे लिहिली. यांना वेदांतसूत्रेही म्हणतात.

या ब्रह्मसूत्रांचे चार अध्याय आहेत. प्रत्येक अध्यायात चार पाद आहेत. प्रथम अध्यायात सर्व उपनिषदांतील ब्रह्मविषयक पदांमध्ये समन्वय आहे– सुसूत्रता आहे, हे दाखवणारी सूत्रे संकलित केली आहेत. त्या अध्यायाला 'समन्वय अध्याय' म्हणतात. दुसऱ्या अध्यायात त्यांनी वरवर विरोधी वाटणारी पदे घेऊन त्यात विरोध कसा नाही, हे दाखविणारी सूत्रे संकलित केली. या अध्यायाला 'अविरोधाध्याय' नाव दिले आहे. परब्रह्मप्राप्तीसाठी ज्या साधना उपनिषदांत सांगितल्या आहेत, त्यांचे संकलन तृतीयाध्यायात केले आहे. त्याला 'साधनाध्याय' म्हणतात. चौथ्या अध्यायात या उपासना, या विद्यांचे फल सांगितले आहे; म्हणून त्यास 'फलाध्याय' म्हणतात.

कुठल्याही अध्ययनात संकल्पना सुस्पष्ट करण्याचे अत्यंत कठीण काम व्यासांनी ब्रह्मसूत्रांत केले आहे. त्यासाठी अत्यंत कुशाग्र व साकल्याने विचार करणारी बुद्धी लागते. व्यासांकडे ती होती. अध्ययन करणाऱ्यांची व्यासांनी फारच चांगली सोय करून दिली आहे.

हे त्यांचे काम अतिशय महत्त्वपूर्ण आहे. वैदिक प्रस्थानत्रयींमध्ये उपनिषदे, ब्रह्मसूत्रे व गीता समाविष्ट आहे. यातील दोन ग्रंथ व्यासांचे आहेत. या तिन्हींवर भाष्य लिहिल्यावरच आचार्य ही पदवी प्राप्त होते. या ज्ञानभांडारावर कुणी कुणी चिंतन केले आहे? श्रीमद् आद्य शंकराचार्य (*शारीरिक भाष्य*), श्री रामानुजाचार्य (*श्रीभाष्य*), श्री वल्लभाचार्य (*अणुभाष्य*), श्री निम्बर्काचार्य, श्री भास्कराचार्य, श्री रामानंद व असेच आणखीनही विद्वान. आता-आतापर्यंतही विद्वान लिहीतच आहेत. श्री. वासुदेवशास्त्री अभ्यंकर, श्री वरदानंद भारती, डॉ. श्री. द. देशमुख, श्री. बापट आदी विद्वानांनी मराठीमध्ये यावर ग्रंथरचना केली आहे.

श्रीमद् भागवतपुराण

एवढे सारे ग्रंथ लिहूनही व्यासांना मानसिक शांती मिळाली नाही. सरस्वती नदीच्या किनारी ते अस्वस्थपणे फेऱ्या घालीत असताना नारदमुनी आले आणि त्यांनी भगवान श्रीकृष्णांच्या लीलांचे गायन करायला सांगितले. चतुःश्लोकी भागवताचा उपदेश केला. व्यासांनी श्रीमद् भागवत महापुराणाची रचना केली. श्रीमद् भागवतात भगवान श्रीकृष्णांच्या जन्मलीला व तत्त्वज्ञान दहाव्या व अकराव्या स्कंधात वर्णिलेले आहे. श्रीकृष्णांची ही वाङ्मयीन मूर्तीच समजली जाते. याचे माधुर्य लोकविलक्षण आहे. जन्मतःच विरक्त असलेल्या शुकांनाही या भागवताचा मोह पडल्याने ते भागवताचे भक्त बनले. पुढे त्यांनीच परीक्षिताला भागवत ऐकवले—

'कालव्यालमुखग्रासत्रासनिर्णाशहेतवे।
श्रीमद् भागवतं शास्त्रं कलौ कीरेण भाजिनम् ।।भागवतमाहात्म्य ११
एतस्मादपरं किंचिन्मनः शुद्धये न विद्यते ।।
जन्मांतरे भवेत्पुण्यं तदा भागवतं लभेत् ।।'

कलियुगात कालरूपी सर्पाच्या मुखाचा ग्रास न होण्याकरिताच शुकांनी श्रीमद्भागवताचे कथन केले. चित्तशुद्धीसाठी ह्याहून अन्य चांगले साधन नाही. जन्मांतरीचे पुण्य असेल, तरच भागवतश्रवणाचा लाभ होऊ शकतो.

आजही कित्येक विद्वानांनी आपले जीवन श्रीमद्‌भागवताचे अध्ययन व प्रचारार्थ समर्पित केलेले आहे. आजही ठिकठिकाणी भागवत सप्ताह उत्साहाने चालू आहेत.

अशा रीतीने वेदांचे वर्गीकरण करण्याचे काम व प्रत्येक वेदाची पुढील अध्ययन-अध्यापन-संशोधनाची व्यवस्था त्यांनी लावली. त्यामुळे वेद सुरक्षित राहिले. ब्रह्मसूत्रांची रचना करून उपनिषदांतील पदांचे अर्थ त्यांनी निश्चित केले. कुणाला कसलीही शंका राहू नये, अशी व्यवस्था केली. पंचम वेद म्हणून मान्यता प्राप्त झालेल्या महाभारताची रचना केली.

श्रीमद्‌भागवतात व्यास स्वतःच म्हणतात की– 'महाभारताची रचना करून मी वेदांचा अर्थ उघड करून सांगितला. आता स्त्री-शूद्रांना धर्म-कर्माचे ज्ञान होईल.'

महाभारतातील गीता ही सर्व उपनिषदांचे सार आहे. मानवाच्या शाश्वत धर्माचे मार्गदर्शन करणारा तो दीपस्तंभ आहे.

श्रीकृष्णांची वाङ्मयीन मूर्ती असलेले श्रीमद्‌भागवत महापुराण व अन्य पुराणे आदी सर्व रचना पाहता; त्यांनी शब्दसागर निर्माण केला, असेच म्हणायला हवे. व्यास म्हणजे भारतीय संस्कृती!

व्यक्तिगत जीवन

या व्यासांचे वैयक्तिक जीवन कसे होते?

जाबालींची कन्या *वटिका* ऊर्फ *पिंजला* हिच्याशी व्यासांनी लग्न केले. त्यांच्या पोटी शुकाने जन्म घेतला. *शुक* जन्मतःच विरक्त होते. ते जन्मल्यावर तपासाठी हिमालयात निघून गेले. पुत्रासाठी विव्हल होऊन पित्याने त्याला हाक मारल्यावर वृक्षांनी उत्तर दिले. शुक असे विश्वाकार झाले होते. व्यासांनी शुकांना सर्व ज्ञान दिले व मग जनकांकडे पाठवले. तिथे ते पूर्ण झाले.

कुरुवंश पुढे चालविण्यासाठी सत्यवतीने व्यासांना बोलावून घेतले होते. अंबिका व अंबालिका यांच्याशी नियोग करवून धृतराष्ट्र व पंडूंना जन्माला घातले. धृतराष्ट्र जन्मांध होता, म्हणून सत्यवतीने व्यासांना पुन्हा बोलावले; पण या वेळी अंबिकेने स्वतः न जाता आपल्या दासीला पाठवले. तिने प्रसन्न मनाने व्यासांना सहभोग दिला व विदुरांचा जन्म झाला. व्यासांनी कौरव-पांडवांना वेळोवेळी सल्ला दिला आहे. द्रौपदीशी पाचही भावांचा

विवाह लावून देण्याची कल्पना व्यासांचीच होती. पुढेही अर्जुनाचा पणतू जनमेजयाला व्यासांनीच पापमुक्त केले होते.

विद्यावाचस्पती शंकर अभ्यंकरांच्या शब्दांत समारोप करता येईल—''धगधगीत वैराग्य, द्रष्टेपण, प्रतिभासंपन्न कवित्व, उदात्त साहित्यिक सद्‌गुण, लोकोत्तर ज्ञान, संकलन-संपादन-समन्वय यांची अपूर्व अंतर्दृष्टी, मानवी जीवनाकडे पाहण्याची स्थितप्रज्ञता, धर्माचे यथार्थ आकलन, आदर्श सद्‌गुरूंची सद्‌गुण-संपन्नता, माता-पित्याप्रती अढळ भक्ती, नैतिक उत्कर्षाचा ध्यास, समाजाला अध्यात्मप्रवण बनवण्याची जाज्वल्य निष्ठा, भव्य-दिव्य प्राप्तीची निष्काम इच्छा व ध्यास, परंपरेचा सार्थ अभिमान, राष्ट्राच्या अभ्युत्थानाची आस... अशा अनंत लोकोत्तर गुणांमुळे व्यास भारतीय संस्कृतीचा मानदंड ठरले आहेत.''

मानवाच्या कल्याणाचाच विचार आयुष्यभर ज्यांनी केला, त्या वेदव्यास गुरूंना अनंत प्रणाम!

नमोऽस्तुते व्यासविशालबुद्धे
फुल्लारविंदायतपत्रनेत्र।
येन त्वया भारत तैलपूर्णः
प्रज्वलितो ज्ञानमयः प्रदीपः ।।

⌘

ऋषी याज्ञवल्क्य

वेदविद्यासंपन्न, यज्ञकर्मप्रवीण, ब्रह्मनिष्ठ, प्रतिभासंपन्न तत्त्वचिंतक, ज्ञानवान् गुरू, स्वाभिमानी, हक्काचे भान असणारे– असे नाना पैलू असलेले सूर्यासारखे तेजस्वी व्यक्तिमत्त्व म्हणजे याज्ञवल्क्य होत. पूज्य पांडुरंगशास्त्री आठवले त्यांना Father of Indian Philosophy म्हणतात, ते सार्थच आहे.

'योगीश्वरं याज्ञवल्क्यं, नारायणं नमस्कृत्य अथातो धर्मव्याख्यास्यामः।
अथातो धर्मजिज्ञासा ॥'

नारायणाच्याही आधी ज्यांना नमस्कार केला जातो, त्या याज्ञवल्क्यांची थोरवी केवढी असावी! यज्ञ करून देवरात ब्रह्मरात व सुनंदा यांना वररूपाने प्राप्त झालेला हा असामान्य तेजस्वी, तत्त्वज्ञानी व कर्तृत्ववान पुत्र. फाल्गुन शुद्ध पंचमीला या चैतन्यमय बालकाचा जन्म झाला. प्रदीर्घ प्रतीक्षेनंतर प्राप्त झालेल्या पुत्राचे अतिशय लाडाकोडाने पालन-पोषण झाले. पण तो काळ अतिस्नेहाने पुत्राला जवळ ठेवण्याचा नव्हता. आठव्या वर्षी मुंज झाल्यावर मुलाला गुरुगृही पाठवले जाई; तसे याज्ञवल्क्यांनाही गुरुगृही पाठवण्यात आले.

याज्ञवल्क्यांचा विद्याध्यास

भगवान व्यासांनी वेदांचे विभाजन करून चार वेद चार अतिविद्वान शिष्यांकडे सोपवले होते. त्यांतील यजुर्वेद हा वैशंपायनांकडे आला होता. त्यांच्या हाताखाली

शिकण्यासाठी त्यांच्या गुरुकुलात याज्ञवाल्क्यांना पाठवले गेले. वास्तविक, वैशंपायन हे याज्ञवल्क्यांचे मामा; पण गुरुकुलात दाखल झाल्यावर शिष्यांमध्ये कधी भेदभाव केला जात नसे. *ब्रह्मरात याज्ञवल्क्य* इतरांबरोबर शिकला, पण तो इतरांसारखा नव्हता. जो यजुर्वेद आत्मसात करण्यासाठी इतरांना पंचवीस वर्षे लागत, तो याज्ञवाल्क्यांनी पाच-सात वर्षांत पूर्ण केला. वैशंपायनांजवळची सर्व विद्या त्यांनी आत्मसात केली. याज्ञवाल्क्यांना आणखी शिकायचे होते. त्यांनी *उद्दालक आरुणीं*कडे जाण्याचा निश्चय केला. वैशंपायनांना ते आवडले नाही, पण आता त्यांच्याजवळ आणखी द्यायला काही नव्हते. मोठ्या नाखुषीने त्यांनी परवानगी दिली.

उद्दालक आरुणींजवळ राहून याज्ञवल्क्यांनी चार-पाच वर्षांत मंत्रांसहित आत्मज्ञान पूर्णपणे आत्मसात केले. आता त्यांच्याजवळ आणखी काही देण्याजोगे नव्हते, म्हणून त्यांनी त्यांची आज्ञा घेतली आणि तिथून ते शाकल्यमुनींच्या आश्रमात पोहोचले. *शाकल्य* ऋग्वेद शिकवीत असत. यजुर्वेदाच्या माणसाला ऋग्वेद्यांकडे बघून सर्वांनाच आश्चर्य वाटले. पण शाकल्यांना या तेजस्वी शिष्याला पाहून आनंदच झाला. याज्ञवल्क्य त्यांच्याकडे ऋग्वेद शिकू लागले.

शाकल्यमुनींच्या आश्रमाला वर्धमान नगरीच्या सूर्यवंशाचा *सुप्रिय* नावाच्या विद्याव्यासंगी पण विलासी राजाचा आश्रय होता. आश्रमातून पवित्र तीर्थ घेऊन रोज एक शिष्य राजाकडे पाठविला जाई. एके दिवशी याज्ञवल्क्यांना तीर्थ घेऊन जाण्यास सांगितले. राजा मद्यपान करून धुंद झाला होता. जवळ सुंदर तरुणी होती. त्याला तीर्थ घेण्यास वेळ नव्हता व शुद्धही नव्हती. त्याने सांगितले, ''त्या समोरच्या खांबावर शिंपड तीर्थ!'' तेजस्वी याज्ञवल्क्यांना तीर्थाचा हा अपमान सहन झाला नाही. पण त्यांनी ते तीर्थ खांबावर शिंपडले व राजाला सांगितले, ''हे तीर्थ घेण्याची तुझी पात्रताच नाही.'' इकडे खांबाला पालवी फुटली. खांब जिवंत झाला. ते पाहताच राजाची धुंदी उतरली. त्यांनी आश्रमात जाऊन 'कालच्याच शिष्याला तीर्थ घेऊन पाठवा' म्हणून सांगितले. पण असल्या राजाकडे जाण्यापेक्षा याज्ञवल्क्यांनी आश्रम सोडणे पत्करले. ते तिथून बाहेर पडून दुसऱ्या गुरूंच्या शोधात निघाले.

तिथून हिरण्यनाभ ऋषींच्या आश्रमात याज्ञवल्क्य आले. हे त्या काळचे योगविद्येतील प्रमुख आचार्य होते. ते इक्ष्वाकू वंशातील— म्हणजेच रघुवंशीय

होते. त्यांच्याजवळ याज्ञवल्क्यांनी योगाचा पूर्ण अभ्यास केला. पुढे प्रत्यक्ष भगवान शंकरांनी *योगीश्वर* ही पदवी देऊन त्यांना गौरविले होते.

काही जण म्हणतात की, त्यांनी सामवेदाचेही अध्ययन केले होते. पुढे त्यांनी मंत्रोच्चारणावर जो ग्रंथ लिहिला तो पाहता, ही शक्यता नाकारता येत नाही. वैदिक संशोधन मंडळाच्या डॉ. भाग्यश्री भागवत सांगतात की, याज्ञवल्क्यांनी रोमहर्षणाकडून इतिहास-पुराणांचेही ज्ञान प्राप्त करून घेतले होते.

अशा तऱ्हेने नाना विद्या शिकून ते पुन्हा वैशंपायनांच्या आश्रमात परत आले. वैशंपायनांना भाच्याचे सर्वत्र हिंडून ज्ञान प्राप्त करणे पसंत नव्हते, पण त्यांनी याज्ञवल्क्यांना आश्रमात राहू दिले. मात्र, हा राग निमित्त मिळताच उफाळून आला.

त्याचे असे झाले की– एकदा सर्व ऋषींची कुठे सभा ठरली होती. सभेत उशिरा येणाऱ्यास ब्रह्महत्येचे पातक लागेल, असे जाहीर झाले होते. त्या दिवशी वैशंपायन लवकर उठले. स्नानाला निघाले, तेव्हा अंधारात त्यांचा पाय बहिणीच्या दोन महिन्यांच्या बालकावर पडला. बालक जागीच मृत झाले. त्या गोंधळात वैशंपायनांना निघायला उशीर झाला. त्यांना ब्रह्महत्येचे पाप लागले. पापाला प्रायश्चित्त घ्यायलाच हवे. वैशंपायनांनी आपल्या शिष्यांना बोलावून ''सर्व जण मिळून प्रायश्चित्त घ्याल का?'' असे विचारले. याज्ञवल्क्य म्हणाले, ''सर्वांना कशाला त्रास; मी एकटाच आपल्या वतीने प्रायश्चित्त घेईन.''

वास्तविक, हा भक्तिभाव बघून गुरूने खूष व्हायला हवे होते. पण पोटातील राग बाहेर पडला. ''तुला एवढी घमेंड आहे का? तू इथे नकोस. इथून आत्ताच्या आता निघून जा.'' याज्ञवल्क्यांनी समजाविण्याचा खूप प्रयत्न केला; पण क्रोधाविष्ट माणूस कुणाचे काही ऐकून घेण्याच्या स्थितीत नसतो. शेवटी गुरुआज्ञा म्हणून आश्रम सोडून याज्ञवल्क्य निघाले. वैशंपायन कडाडले, ''माझी विद्या परत करून जा.'' असे म्हणतात, की याज्ञवल्क्यांनी सगळा यजुर्वेद ओकला. पुढे तो तित्तर पक्ष्यांनी वेचला व त्याचे रक्षण केले. कुणी म्हणतात, तित्तरऋषींनी त्याचे रक्षण केले.

शुक्ल यजुर्वेदाची सिद्धता

याज्ञवल्क्य विषण्ण मनाने बाहेर पडले; पण अग्नीच्या ज्वाळा खाली दबून राहू शकत नाहीत. याज्ञवल्क्यांनी परत उभारी धरली व सूर्याची उपासना

केली. सूर्य प्रसन्न झाला, तेव्हा त्यांनी नवे तेजस्वी मंत्र मागितले. सूर्याने ते आनंदाने दिले. पण त्यांना शब्दबद्ध करून त्यांची मांडणी करणे आवश्यक होते. सूर्याने याज्ञवल्क्यांना त्या कामासाठी सरस्वतीची उपासना करण्यास सांगितले. याज्ञवल्क्यांनी सरस्वतीची उपासना केली, तेव्हा यजुर्वेद सिद्ध झाला. या वेदाचे ४० अध्याय, ३०३ अनुवाक व १९७५ कांडिका आहेत. शुक्ल यजुर्वेदाचा 'ईशावास्य' हा भारतीय तत्त्वज्ञानाचा गाभा समजला जातो.

आता या वेदाला प्रस्थापित करण्याची आवश्यकता होती. त्यावेळी त्यांनी जनमेजयासाठी दोन यज्ञांचे अध्वर्यूपद सांभाळले होते. हळूहळू सर्व उत्तर भारत, गुजरात, राजस्थान आदी सर्व भागांमध्ये शुक्ल यजुर्वेदाचा प्रचार झाला.

या वेदातील तत्त्वे सामान्यांच्या आटोक्यात आणण्यासाठी काहीतरी करण्याची आवश्यकता होती. यासाठी त्यांनी शतपथ ब्राह्मणाची रचना केली. या ब्राह्मणग्रंथात अनेक गोष्टी, दृष्टांतांच्या साह्याने तत्त्वांचे विवेचन केले आहे. तसा यजुर्वेद हा यज्ञमंत्रांचा असतो. या शतपथ ब्राह्मणात इष्टी, याग, यज्ञांचे वर्णन आहेच; पण महाभारतातील अनेक कथांचे सारही यात आलेले आहे, असे भारतीय संस्कृतिकोशकार सांगतात. कद्रू व सुपर्णा यांचे युद्ध, पुरुरवा व उर्वशी यांची कथा, अश्विनीकुमारांनी च्यवनऋषींना दिलेल्या यौवनाची कथा आदी यात आल्या आहेत. सीता व राम यांची नावेसुद्धा यात आली आहेत, असे भारतीय संस्कृतिकोशकार सांगतात.

सांप्रत उपलब्ध असलेल्या सर्व ब्राह्मणग्रंथांत शतपथ ब्राह्मण हा प्राचीन आहे. पुढे भारतीय संस्कृतिकोशकार सांगतात की, इतर ब्राह्मणग्रंथांप्रमाणे यात विशिष्ट यज्ञांचे स्पष्टीकरणही दिलेले आहे. त्या देवांच्या उत्पत्तीमुळे उजेड व असुरांच्या उत्पत्तीमुळे अंधार झाला, म्हणून दिवस देवांचा व रात्र असुरांची झाली. तेहतीस कोटी म्हणजे तेहतीस प्रकारच्या देवता अशा आहेत– आठ वसू, अकरा रुद्र, बारा आदित्य, आकाश व पृथ्वी. पत्नीमुळे पुरुषाला पूर्णत्व येते. ज्या पुरुषाला पत्नी नाही, त्याला यज्ञ करता येत नाही; पण स्त्रियांचा उत्तराधिकार मात्र मानला गेलेला नाही.

शतपथ ब्राह्मणग्रंथातील शेवटचा भाग *बृहदारण्यक उपनिषद* या नावाने प्रसिद्ध आहे. अत्यंत प्राचीन असे हे उपनिषद अत्यंत 'बृहद्' आहे. हे यजुर्वेदाच्या *काण्वी* व *माध्यंदिन* शाखांतर्गत वाजसनेय ब्राह्मणांतर्गत येते. यांतील

तत्त्वज्ञान अरण्यात अभ्यासावे असे आहे, म्हणून हे *आरण्यक* म्हटले गेले. वार्त्तिककार श्री. सुरेश्वराचार्य म्हणतात–

'बृहत्वाद् प्रथन्तो कं अर्थाश्चबृहदारण्य मतम्'

आकाराने व महत्त्वाच्या दृष्टीनेही हा ग्रंथ महान मोठा आहे. यांतील अश्वमेधाचे वर्णन, याज्ञवल्क्य-गार्गेयी संवाद, जनकाच्या सभेतील संवाद, जनक-याज्ञवल्क्य संवाद आदी प्रसिद्ध आहेत. भारतीय तत्त्वज्ञानाचे सार म्हणून याकडे पाहता येईल.

जीवन कशासाठी जगावे?

जीवन कशासाठी जगावे, याचे मार्गदर्शन हे उपनिषद करते. *'येनाहं नामृतास्यां किमहं तेन कुर्याम्?'* हा मैत्रेयीचा प्रश्न आपले डोळे उघडतो. प्रसंग असा आहे की, याज्ञवल्क्य संन्यास घेऊ इच्छित होते. त्यांनी आपल्या संपत्तीचे दोन वाटे करून आपल्या दोन पत्नींना देऊ केले. त्या वेळी द्वितीय पत्नी *मैत्रेयी*ने विचारले, ''धनाने संपन्न सारी पृथ्वी माझी झाली, तर मी अमृता होईन का?'' याज्ञवल्क्य म्हणाले, ''नाही. भोगसामग्रींनी संपन्न माणसाच्या आयुष्याप्रमाणे तुझे जीवन जाईल.'' त्यावर ती म्हणाली, ''मग मी धन घेऊन काय करू? अमृततत्त्वाचे जे साधन तुम्ही जाणता, ते मला सांगा.''

कात्यायनी या प्रथम पत्नीने गुरुकुलाचा भार सांभाळला, पण मैत्रेयीने याज्ञवल्क्यांचे ज्ञान मागितले. याज्ञवल्क्यांना अतिशय आनंद झाला व ते म्हणाले,

'न वा अरे सर्वस्य कामाय सर्व प्रियं भवति। आत्मा वा अरे द्रष्टव्यः।
मैत्रेयि आत्मनः वा अरे दर्शनेन श्रवणेन मत्या विज्ञानेन इदं सर्व विदितम्।''

सर्वांना वाटते, 'मला हे फार प्रिय आहे'; पण वास्तविक माणसाचे आत्म्यावरच प्रेम असते. आत्म्यासाठीच सर्व प्रिय असतात. दोन तऱ्हेने याचा अर्थ लावता येईल. 'पती खूष झाला तर मला आनंद मिळेल.' म्हणजे, माझ्या आनंदासाठी मी पतीला खूष करते. दुसरा अर्थ असा घेता येईल– जोपर्यंत त्या व्यक्तीत आत्मा आहे, तोपर्यंतच तो प्रिय असतो. आत्मा निघून गेल्यावर सर्व शरीर जसेच्या तसे असते, पण ते प्रिय नसते. त्याला अग्नी दिला जातो. या जगात आत्म्याला महत्त्व आहे. तो जाणून घेणे, हेच जीवनाचे ध्येय असायला हवे.

मग त्यांनी आत्म्याचे वर्णन विस्ताराने केले. ते समजण्याचा मार्ग सांगितला. द्वैत गेल्यावर सर्वत्र ऐक्याचा अनुभव कसा येतो याचे वर्णन केले. मग अत्यंत दुर्लभ अशी मधुविद्या त्यांनी तिला दिली. अश्विनीकुमारांना ती प्राप्त करण्यासाठी किती खटपटी-लटपटी कराव्या लागल्या होत्या! अशा रीतीने अमृत होण्याची आत्मविद्या त्यांनी तिला दिली. तिचे जीवन कृतार्थ झाले. जीवनाची सार्थकता कशात आहे, हे उलगडून दाखविणारा हा संवाद खूप प्रसिद्ध आहे.

एकदा याज्ञवल्क्य आणि त्यांचे दोन मित्र *श्वेतकेतू* व *सोमपुष्प* अग्निहोत्रावर चर्चा करीत चालले होते. तिथून जनकाचा रथ जात होता. ही चर्चा ऐकून त्यांना खूप आश्चर्य व आनंद वाटला. थांबून त्यांच्यात या विषयावर चर्चा झाली. तेव्हापासून जनकांना याज्ञवल्क्यांविषयी खूप आदर होता.

अशीच चर्चा ऐकण्याच्या उद्देशाने त्यांनी आपल्याकडील यज्ञात सुवर्णाची नाणी, अलंकार वगैरेंनी सजवून एक सहस्र गाई सभेत आणल्या व ते म्हणाले, ''जो ब्रह्मनिष्ठ असेल, त्याने या गाई घेऊन जाव्यात.'' कुणीच उठेना; तेव्हा याज्ञवल्क्य उठले व आपल्या शिष्याला म्हणाले, ''सोमश्रवा, या गाई आपल्या आश्रमात घेऊन जा.''

त्यांनी असे म्हणताच सर्व चुळबुळ करू लागले. ''तुम्ही स्वतःला ब्रह्मनिष्ठ समजता की काय?'' अशी पृच्छा त्यांनी केली. ते म्हणाले, ''मी ब्रह्मनिष्ठांना नमस्कार करतो. मला गाई हव्या होत्या, म्हणून मी नेण्यास सांगितल्या.'' पण बाकीचे असे कसे त्यांना गाई नेऊ देतील?

जनकाचा पुरोहित अश्वल होता. त्याने याज्ञवल्क्यांना टोकले. ''याज्ञवल्क्या, या जगात सर्व मृत्यूने व्याप्त आहे. मृत्यूच्या या व्याप्तीच्या पलीकडे यजमान कसा जाईल?'' हा व अन्यही असेच अनेक प्रश्न विचारले. याज्ञवल्क्यांनी सर्व प्रश्नांना समर्पक उत्तरे दिली. मग जरत्कार व आर्तभागांनी प्रश्न विचारले. मग भुज्यूने प्रश्न विचारले. मग उषस्त चाक्रायणाने प्रश्न विचारले. कहोलनेही प्रश्न विचारले. या सर्वांच्या प्रश्नांना याज्ञवल्क्यांनी समर्पक उत्तरे दिली.

मग वाचक्नवी गार्गी उठली. पूर्वमीमांसेसारख्या रुक्ष व क्लिष्ट विषयावर पूर्ण आधिपत्य असलेली ही ब्रह्मवादिनी. हिच्यानंतर आरुणीने प्रश्न विचारले. पुन्हा गार्गी उठली. म्हणाली, ''मी अतिशय अवघड दोन प्रश्न विचारते. विचारू?''

याज्ञवल्क्यांनी होकार दिला. पृथ्वीवरील सूक्ष्म, सूक्ष्मकार स्तरांबद्दल तिचे प्रश्न होते. पृथ्वी गार्गीने सर्वांना सांगितले की, या प्रश्नांची उत्तरे जर याज्ञवल्क्य देऊ शकले तर ते सर्वश्रेष्ठ आहेत, हे सर्वांनी मान्य करावे. ह्या प्रश्नांचीही याज्ञवल्क्यांनी समर्पक उत्तरे दिली. तेव्हा गार्गीने त्यांच्या सर्वश्रेष्ठत्वाला मान्यता दिली आणि सर्वांना सल्ला दिला– ''आता यांना कुणी काहीही विचारू नका.''

पण आपला आश्रम सोडून गेलेल्या शाकल्यांना हे सहन झाले नाही. त्यांनी विचारलेच– ''हे याज्ञवल्क्य, किती देवगण आहेत?'' शाकल्य प्रश्नांवर प्रश्न विचारत गेले. याज्ञवल्क्यांनी त्यांना सावध करण्याचा प्रयत्न केला, पण ते काही थांबेनात. शेवटी शाकल्यांचे मस्तक तुटून त्यांच्याच पायांवर पडले, तेव्हा त्यांचे प्रश्न थांबले.

त्यानंतर मात्र याज्ञवल्क्यांना काहीही विचारायला कुणीही धजावले नाहीत.

जनक - याज्ञवल्क्य संवाद

बृहदारण्यक उपनिषदातील तिसरा महत्त्वाचा संवाद म्हणजे जनक- याज्ञवल्क्य संवाद. एकदा याज्ञवल्क्य आपणहून जनकांच्या दरबारी गेले असता जनकांनी त्यांचे यथोचित स्वागत करून विचारले, *''किमर्थम् अचारी:? पशून् इच्छन् अण्वन्तान् इच्छन्''*– ''आपण का येणे केलेत? आपल्याला गाई हव्या आहेत, की सूक्ष्म प्रश्नांवर चर्चा करण्यासाठी आला आहात?'' त्यांनी उत्तर दिले, *''उभयम् एव''*

मग जनकांनी आत्म्याबद्दल प्रश्न विचारले. याज्ञवल्क्य म्हणाले, ''तुझे पूर्वज्ञान सांग, मग मी पुढचे सांगतो.'' जनकांनी सहा जणांची मते सांगितली. पहिले मत जित्वा शैलिनींचे. त्यांच्या मते, वाक् हेच ब्रह्म आहे. याज्ञवल्क्य म्हणाले, ''पण वाक् हे एकपाद ब्रह्म आहे. वाक्‌ची 'प्रज्ञा' म्हणून उपासना करावी.'' दुसरे मत उदकांचे. प्राण किंवा वायू हेच ब्रह्म आहे. ''त्याची 'प्रिय' म्हणून उपासना करावी'', असे याज्ञवल्क्य म्हणाले. तिसरे मन बर्कु आचार्यांचे. चक्षू हेच ब्रह्म आहे. याज्ञवल्क्य म्हणाले, ''त्याची (चक्षूची) 'सत्य' म्हणून उपासना करावी.'' चौथे मत भरद्वाजांचे– श्रोत्र हेच ब्रह्म. याज्ञवल्क्य म्हणाले, ''श्रोत्राची 'अनंत' म्हणून उपासना करावी.'' पाचवे मत जाबालांचे. मनोदेवता हेच ब्रह्म. याज्ञवल्क्य म्हणाले, '' त्याची 'आनंद' म्हणून उपासना करावी.'' ह्या सर्वांची मते पूर्ण ब्रह्म सांगणारी नाहीत, काहीच भाग सांगणारी आहेत.

कूर्च नावाच्या आपल्या आसनावरून जनक खाली उतरले. याज्ञवल्क्यांना

त्यांनी नमस्कार केला आणि याज्ञवल्क्यांनी त्यांना माणसाच्या खऱ्या स्वरूपाविषयी सांगितले, ''खरा 'मी' आत्मस्वरूप आहे. तो अविनाशी व अकर्म आहे. या आत्म्याचे साक्षात् दर्शन कोणालाही निर्भय करते.'' वगैरे उपदेश ऐकून जनक कृतार्थ झाले.

याज्ञवल्क्य साकल्याने विचार करणारे होते. त्यांची बुद्धी तीक्ष्ण होती. मर्मापर्यंत ते लगेच पोहोचत असत. याज्ञवल्क्य-मैत्रेयी संवाद, 'ब्रह्मनिष्ठ कोण?' यावरील चर्चा हे याज्ञवल्क्यांच्या बुद्धिवैभवाची, गंभीर विचारांची व निर्भयतेची साक्ष देतात.

या गोष्टीचा प्रत्यय आणखी एका प्रसंगी आला. एकदा जनकांनी यज्ञ केला. वैशंपायन हे त्या यज्ञाचे अर्ध्वयू होते. यज्ञाच्या शेवटी यजमानाने एक प्रायश्चित्त विधी करायचा असतो. त्यानंतर यज्ञाचा परिणाम ताबडतोब दिसायला हवा. पण तो काही दिसला नाही. यज्ञासाठी वैशंपायन, जैमिनी, पैल, सुमंत आदी चार वेदांचे चार मुख्य आचार्य होते. मग काय झाले? पुन्हा प्रायश्चित्त विधी केला, पण यज्ञाचे फल काही दिसेना. तेव्हा जनक अतिथी म्हणून बोलावलेल्या याज्ञवल्क्यांकडे गेले. याज्ञवल्क्यांनी केलेल्या प्रायश्चित्त विधीनंतर यज्ञाचे फल तात्काळ मिळाले. वैशंपायनांना अर्ध्वयू म्हणून नियुक्त केले होते, तेव्हा दक्षिणा त्यांनाच द्यायला हवी. वाद वाढला. याज्ञवल्क्यांनी 'अध्वर्यू'ची दक्षिणा आपल्याला द्यावी, असे सांगितले. शेवटी देवऋषींनी मध्यस्थी केली आणि दक्षिणा दोघांमध्ये वाटून दिली गेली. पण आपले म्हणणे ठामपणे मांडण्याचा त्यांचा गुण या प्रसंगातून दिसून आला.

याज्ञवल्क्यांच्या बुद्धीच्या तेजस्वीपणाच्या अनेक घटना सांगितल्या जातात. जनमेजयाने तर वैशपायनांना स्पष्टच सांगितले की, 'मला यज्ञ करायचे आहेत, पण अर्ध्वयू याज्ञवल्क्यच राहतील.' विंध्याच्या वर याज्ञवल्क्यांना मानणारे सर्वत्र खूपच होते, म्हणून या भागात शुक्ल यजुर्वेदाचा खूपच प्रसार झाला. कृष्ण यजुर्वेदाच्या आचार्यांना विंध्याच्या खाली येऊन आपला प्रचार-प्रसार करावा लागला.

शुक्ल यजुर्वेद प्रत्यक्ष सूर्याकडून मिळालेला असल्यामुळे आणि प्रत्यक्ष सरस्वतीच्या कृपेने शब्दबद्ध झाला असल्याने अत्यंत तेजस्वी आहे. ही शाखा वाजसनेय शाखा म्हणून प्रसिद्ध आहे. *'वाजसनी'* म्हणजे सूर्य. त्याचा वेद,

म्हणून वाजसनेय. दुसरा अर्थ– 'वाज' म्हणजे अन्न. याज्ञवल्क्यांचे वडील अन्नदान करण्यात प्रसिद्ध होते, म्हणून हे नाव याज्ञवल्क्यांना मिळाले. तसेच *यज्ञस्य वल्कः* म्हणजे 'यज्ञस्य वक्ता' म्हणून ब्रह्मराताचा याज्ञवल्क व त्यांचा मुलगा म्हणून याज्ञवल्क्य. त्यामुळे ब्रह्मराताचा पुत्र वाजसेन, याज्ञवल्क्य आदी अनेक नावांनी ते ओळखले जातात.

महाभारतातही त्यांचा उल्लेख आढळतो. धर्मराजाच्या राजसूय यज्ञाचे अध्वर्यूपद याज्ञवल्क्यांकडे होते. सत्यवतीच्या विवाहाचे पौरोहित्य त्यांनी केले होते. तुलसी रामायणात भरद्वाजांना रामकथा सांगणारे याज्ञवल्क्यच होते.

योगीश्वर याज्ञवल्क्य

याज्ञवल्क्यांच्या माता-पित्यांचा उल्लेख प्रारंभीच आला आहे. वैदिक विचारधारणेनुसार त्याकाळी साक्षात्कारी ऋषी-मुनीदेखील गृहस्थाश्रम स्वीकारीत असत. याज्ञवल्क्यांनी कात्यायनीशी विवाह केला. कात्यायनी सुंदर, सद्गुणी, पतिपरायण स्त्री होती. ती याज्ञवल्क्यांचा संसार उत्तमरीत्या करीत होती. त्यांच्या गुरुकुलाची सर्व व्यवस्था तीच पाहत होती.

याज्ञवल्क्यांनी दोन विवाह केले. दुसरी पत्नी मैत्रेयी. ही मैत्रेयी जनकाच्या 'मित्र' नावाच्या अमात्याची मुलगी. ही लहानपणी आपल्या मावशीकडे– गार्गीकडे राहिली होती. त्यामुळे तिला लहानपणापासून तत्त्वज्ञानाची आवड होती. एकदा याज्ञवल्क्य जंगलात गेलेले असताना समोर वाघ आला. मित्राने त्यांना वाचवले. तो आधीपासूनच त्यांचा भक्त होता. त्या प्रसंगानंतर त्यांचे मित्राच्या घरी जाणे-येणे वाढले. त्यांच्या चर्चा मैत्रेयी मनापासून ऐके. पुढे ती त्यांच्या आश्रमात जाऊ लागली. याज्ञवल्क्यांचा आश्रम मिथिलेच्या जवळ होता. तिची तिथे कात्यायनीशी मैत्री जमली. हळूहळू तिने याच घरी राहण्याचा मानस कात्यायनीजवळ बोलून दाखविला. कात्यायनीने आग्रह करून याज्ञवल्क्यांचा विवाह तिच्याशी लावून दिला. ती कात्यायनीच्या दासीप्रमाणे राहत असे.

कात्यायनीपासून याज्ञवल्क्यांना एक पुत्र होता. त्याचे नाव कात्यायन. याज्ञवल्क्यांना पिप्पलाद नावाचा आणखी एक पुत्र होता, असे म्हणतात. त्याची कथा अशी : याज्ञवल्क्यांची बहीण कंसारी चौथ्या दिवसाचे स्नान करीत असता जवळच असलेले याज्ञवल्क्यांचे धोतर तिने वेढून घेतले. त्या वस्त्रावर त्यांच्या वीर्याचा काही अवशेष राहिलेला होता. त्यातून तिला गर्भधारणा झाली.

लज्जेने ती तोंड लपविण्यासाठी तीर्थयात्रेला गेली. वाटेत एका रानात तिने मुलाला जन्म दिला आणि त्याला पिंपळाच्या झाडाखाली सोडून ती निघून गेली. पिंपळाची फळे खाऊन ते पोर वाढले. त्यामुळे पिप्पलाद म्हणून ओळखले जाऊ लागले. पुढे एकदा त्या वाटेने नारद चालले असताना 'हा आई-बापाविना पोर इथे कसा?' अशा कुतूहलाने समाधी लावली असता, हा याज्ञवल्क्यांचा पुत्र असल्याचे त्यांना कळले. आपण प्रसिद्ध याज्ञवल्क्यांचे पुत्र असूनही आपल्याला रानावनात पोरके आयुष्य काढावे लागले, या रागाने त्याने तप करून एक कृत्या निर्माण केली व तिला याज्ञवल्क्यांवर पाठवले.

याज्ञवल्क्यांना या सर्व प्रकरणाची काहीच माहिती नव्हती. त्यामुळे ही कृत्या आपल्याला का त्रास देते आहे, हे त्यांना कळेना. त्यांनी ब्रह्मदेवांना विचारले, विष्णूंना विचारले. ते काही करू शकले नाहीत, तेव्हा कैलासराणा शिवांना त्यांनी आवाहन केले. शिव आल्यावर ते सूक्ष्म रूप घेऊन त्यांच्या अंगठ्यात लपले. शिवापुढे त्या कृत्येचे काहीच चालले नाही व ती परत गेली. तेव्हा याज्ञवल्क्य अंगठ्यातून बाहेर आले. शंकरांनी त्यांचे कौतुक करून त्यांना योगीश्वर ही पदवी दिली. म्हणून 'योगीश्वर याज्ञवल्क्य नारायणं नमस्कृत्यं अथातो धर्म व्याख्यास्याम्।' असे म्हटले जाते.

त्यांचा शिष्यपरिवार खूपच मोठा होता. बृहदारण्यकाच्या शेवटी त्याचा उल्लेख आढळतो. याज्ञवल्क्यांनी गुरुकुलाची जबाबदारी कात्यायनीवर सोपवली. मैत्रेयीला आत्मज्ञान देऊन ते संन्यास घ्यायला निघून गेले. एका सकाळच्या प्रहरी समाधी लावून त्यांनी आपला देह ठेवला व ते अनंतात विलीन झाले.

त्यांनी बरीच ग्रंथसंपदा मागे ठेवली आहे. सर्वांत मुख्य म्हणजे, एक वेद त्यांनी उभा केला. सूर्याचे तेज त्यात होते. त्यांनी स्वतः अनेक शाखांचे– यजुर्वेद, ऋग्वेद, मंत्रविद्या, योगविद्या वगैरे– अध्ययन, मनन, चिंतन करून हे उत्कृष्ट मंत्र सिद्ध केले. ह्या महान ग्रंथाखेरीज त्यांनी 'याज्ञवल्क्य शिक्षा' नावाचा ग्रंथ लिहिला. त्यात त्यांनी शुक्ल यजुर्वेदाचे अध्ययन कसे करावे, हे लिहिले आहे. मंत्राच्या उच्चारांबद्दलही– 'स्वरित', त्यानंतर 'बल', 'संतान' वगैरे सर्वांची– विस्तृत चर्चा केली आहे. त्या ग्रंथाला 'प्रतिज्ञासूत्र' असे म्हणतात.

'याज्ञवल्क्यस्मृती'मध्ये अनेक गोष्टींचा ऊहापोह आहे. ऋषींनी प्रश्न विचारल्यावर त्यांनी या ऋषींना जे सांगितले, ते या ग्रंथात ग्रथित केले आहे. याचे आचाराध्याय, व्यवहाराध्याय व प्रायश्चित्ताध्याय असे तीन अध्याय आहेत.

वर्णाश्रमधर्म वगैरेंचे निरूपण आहे. कौटिल्याच्या अर्थशास्त्रापासून यामध्ये बऱ्याच गोष्टी उचललेल्या आहेत. मनुस्मृतीतील बऱ्याच गोष्टींशी त्यांचे मतैक्य आहे. पण काही गोष्टी मनूपेक्षा वेगळ्या सांगितलेल्या आहेत. उदा.– मनूने नियोगाचा विरोध केला आहे, पण याज्ञवल्क्यांनी विरोध केलेला नाही. निपुत्रिकाच्या संपत्तीवर विधवेचा अधिकार मनू मानतात. या ग्रंथात शरीरशास्त्रविषयक व औषधीविषयक ही माहिती दिली आहे, ती मनुस्मृतीत नाही. प्रायश्चित्तामध्ये अनेक तऱ्हेच्या प्रायश्चित्तांची माहिती याज्ञवल्क्यांनी दिलेली आहे.

शतपथ ब्राह्मण (प्रत्येक वेदाचा एकेक ग्रंथ आहे, त्याला ब्राह्मण असे म्हणतात.) हा त्यांचा विस्तृत ग्रंथ आहे. त्यात यजुर्वेदाच्या पंधरा शाखांची विभाग चिकित्सा आहे. या ब्राह्मणाच्या अंतर्गत असलेले 'बृहदारण्यक उपनिषद' हे सर्व उपनिषदांमध्ये सर्व दृष्टींनी श्रेष्ठ असे आहे. यातील तत्त्वज्ञान अरण्यात शिकण्यासारखे आहे म्हणून हे आरण्यक आणि आकाराने व अर्थाने ही बृहत् आहे म्हणून बृहदारण्यक. हे उपनिषद ब्रह्मविद्याप्रधान आहे. उपासकाला कर्म, उपासना आणि ज्ञान अशा सोपानाने आत्मोन्नती करून घेण्याचा उपदेश करणारे हे उपनिषद. ज्ञानप्राप्तीसाठी निष्काम कर्मे करावीत, त्याने चित्तशुद्धी होते. उपासनेने शुद्ध चित्ताची एकाग्रता होते आणि एकाग्रतेने व श्रद्धेने ज्ञानाची प्राप्ती होते. ज्ञानामुळे मोक्ष मिळतो. यातील तीन मुख्य संवादांशिवायही अन्य दृष्टान्त, कथांतून, चर्चेतून ब्रह्मज्ञान सांगितले आहे. बृहदारण्यकात एकूण सहा अध्याय आहेत.

वेदविद्यासंपन्न, यज्ञकर्मप्रवीण, ब्रह्मनिष्ठ, प्रतिभासंपन्न तत्त्वचिंतक, ज्ञानवान् गुरू, स्वाभिमानी, हक्काचे भान असणारे– असे नाना पैलू असलेले सूर्यासारखे तेजस्वी व्यक्तिमत्त्व म्हणजे याज्ञवल्क्य होत. पूज्य पांडुरंगशास्त्री आठवले त्यांना Father of Indian Philosophy म्हणतात, ते सार्थच आहे.

⌘

ऋषी दुर्वास

शंकरांच्या क्रोधातून दुर्वासांचा जन्म झाला. त्यामुळे ते सर्वात कोपिष्ट ऋषी म्हणून त्यांचा लौकिक आहे. श्रीकृष्ण, इंद्र, अंबरीष वगैरेंपासून कालिदासाच्या शकुंतलेपर्यंत अनेकजण त्यांच्या क्रोधाला बळी पडले आहेत.

प्राचीन ऋषींबद्दल माझे मासिकातून येणारे लेख बघून मला काहींनी दुर्वासांबद्दल लिहायला सांगितले. वास्तविक मी आतापर्यंत ज्या ऋषींबद्दल लिहिले होते, त्यात व्यासांना सोडून सर्वजण मंत्रद्रष्टे ऋषी होते. त्यांची सूक्ते वेदात समाविष्ट केलेली आहेत. ऋषींचे ग्रंथ आहेत. विचारसंपदा आहे. दुर्वास ऋषींबद्दल मात्र कुठेही हे मला दिसले नाही. ऋग्वेदात त्यांचे योगदान नाही. अन्य वेदांतही त्यांचे योगदान असल्याचे कुठे ऐकिवात आले नाही. विद्यावाचस्पती अभ्यंकरांच्या भक्तिकोशात दुर्वास ऋषींबद्दल उल्लेखही नाही. भारतीय संस्कृती कोशांतही त्यांचा उल्लेख नाही. *श्री. सिद्धावशास्त्री चित्रावां*नी त्यांचे नाव *दुर्वासस् आत्रेयी* असे लिहिले आहे. पुराणात मात्र त्यांचा उल्लेख बऱ्याच ठिकाणी आढळतो. ते कोपिष्ट म्हणून प्रसिद्ध होते व त्यामुळे लोक त्यांना घाबरून असत.

त्यांच्या उत्पत्तीबद्दल काही कथा आहेत. कोणी त्यांना ब्रह्मदेवाचे मानसपुत्र मानतात. कोणी अत्री ऋषी व सती अनुसूया यांचे पुत्र मानतात. ते लहानपणीच तपाला निघून गेले होते. कुणी यांना शंकराच्या क्रोधापासून उत्पन्न झालेले मानतात.

ब्रह्मानंद पुराणाप्रमाणे एकदा शंकर व ब्रह्मदेव यांच्यातील भांडणात शंकराचा क्रोध इतका वाढला की पार्वती म्हणाली, *'त्वं दुर्वासः असि।'* मग त्यांनी तो क्रोध अनुसूयेच्या पुत्राच्या रूपाने जन्माला घातला. तर कुणी सांगतात, त्रिपुरासुराशी युद्ध करताना शकरांनी सोडलेला एक बाण अचानक बालकरूप घेऊन शंकरांच्या मांडीवर येऊन बसला. तेच हे दुर्वास ऋषी.

दुर्वासांनी वेदाध्ययन करून स्वतःचे गुरूकुल चालवले असावे. कारण ठिकठिकाणी ते आपल्या हजारो शिष्यांना घेऊन जात असत, असे काही पुराणातील कथांवरून दिसते. इंटरनेटवरील माहितीच्या आधारे हल्लीच्या आजमगडजवळ त्यांचा आश्रम होता व हरियाणात त्यांचे एक मंदिरही आहे. त्यांनी यज्ञाचे पौरोहित्य केल्याचा उल्लेख एकाच ठिकाणी आढळतो. राजा श्वेतकी नेहमी खूप यज्ञ करीत असे. तो शिवभक्त होता. कठोर तप करून त्याने शिवांना प्रसन्न केले होते तेव्हा शिवांनी दुर्वास ऋषींना श्वेतकीच्या यज्ञाचे पौराहित्य करण्यास सांगितले. हा यज्ञ बारा वर्षे चालला होता. यज्ञकुंडातील अग्नीमध्ये सतत तुपाची धार घातली जात होती. त्यामुळे अग्नीला मांद्य आले. अग्निमांज्ञाचा त्रास होऊ लागला. त्याला ब्रह्मदेवांनी खांडववन खाण्यास सांगितले. कारण त्या वनात खूप औषधी होत्या. वाटणीमध्ये खांडववन पांडवांच्या वाट्याला आले होते. अग्नीने श्रीकृष्ण व पांडवांची विनवणी केली. त्यांच्या अनुमतीने त्याने खांडववन खाल्ले-जाळले. पुढे पांडवांनी तिथे आपली राजधानी इंद्रप्रस्थ प्रस्थापित केली. ज्ञानेश्वर महाराजांनी नवव्या अध्यायात भक्तीचे माहात्म्य सांगताना या कथेचा उल्लेख केला आहे.

विष्णुपुराण, वायूपुराण, पद्मपुराण, अग्नीपुराणात दुर्वासांच्या क्रोधाने इंद्राचे इंद्रपद गेले. व बलीने देवांवर आधिपत्य प्राप्त केले. एकदा दुर्वासांनी प्रेमाने इंद्राला दिव्य फूल दिले. इंद्राने ते ऐरावताच्या मस्तकावर ठेवले. त्याच्या वासाने ऐरावत बिथरला व त्याने ते फूल खाली झटकून टाकले. त्यावर त्याचा पाय पडला म्हणून दुर्वासांनी इंद्राला शाप दिला, 'तू श्रीहीन होशील.' त्याचे बल गेले व बलीने त्याला पराभूत केले. देवांची सुटका करण्यासाठी विष्णूंनी देवांना समुद्रमंथनाचा सल्ला दिला म्हणून समुद्रमंथन झाले.

दुर्वासांचा उल्लेख भागवतात नवमस्कंधात चौथ्या अध्यायात सापडतो. तिथे अंबरीष राजाची कथा आहे. तिथे ही कथा शुकदेवांनी परीक्षिताला ऐकवली आहे. अन्य पुराणात वैशंपायन ऋषींनी ही कथा जनमेजय राजाला ऐकवली आहे.

नाभागाचा पुत्र अंबरीष. मोठा विष्णूभक्त होता. (भागवतात तो कृष्णभक्त होता.) तो अत्यंत सुशील, दानशूर व कर्तव्यपरायण राजा होता. त्याने 'धन्व' नावाच्या मरुभूमीमध्ये सरस्वती नदीच्या तीरावर वसिष्ठ, असित, गौतम इत्यादी आचार्यांच्या मार्गदर्शनाखाली मोठा यज्ञ केला होता. एकदा त्याने आपल्या पत्नीसह वर्षभर द्वादशीव्रत केले. एकादशीला निर्जल उपवास करून द्वादशीला भगवंतांचे पूजन करून पारणे करीत असे. कार्तिक महिन्यात त्याचे व्रत पूर्ण झाले. त्यावेळी त्याने तीन दिवस उपवास करून द्वादशीला भगवंतांचे पूजन केले. तीर्थप्राशन करून उपवास सोडणार तोच तिथे दुर्वास ऋषी आले. राजाने त्यांचे स्वागत केले, अर्घ्यपाद्य वगैरे देऊन त्यांची पूजा केली व त्यांना भोजनाचा आग्रह केला. ते म्हणाले, मी नदीवर जाऊन स्नानसंध्या आटोपून येतो.

दुर्वास ऋषी नदीवर स्नानासाठी गेले. बराच वेळ झाला. द्वादशी टळून त्रयोदशी लागण्याची वेळ आली. उपवास न सोडावा तर व्रतभंग होईन व उपवास सोडावा तर अतिथीचा अपमान होईल. काय करावे, राजाला कळेना. शेवटी उपस्थित ब्राह्मणांच्या सल्ल्यानुसार राजाने तीर्थप्राशन केले व भोजनासाठी तो दुर्वासांची प्रतीक्षा करू लागला.

परत आल्यावर दुर्वासांना राजाने तीर्थप्राशन केल्याचे कळवल्यावर ते अतिशय संतापले प त्यांनी अंबरीषाला दहा जन्म घेण्याचा शाप दिला. या व्रताने राजा जीवनमृत्यूच्या चक्रातून सुटणार होता. राजाला खूप वाईट वाटले.

दुर्वास ऋषींना खूप भूक लागलेली होती. त्यांनी रागारागाने आपल्या जटेतील एक केस काढला व त्यातून त्यांनी एक कृत्या निर्माण केली. कृत्या जळजळीत आगीप्रमाणे होती. हातात तलवार घेऊन ती राजावर वार करण्यास धावली.

भगवान आपल्या भक्ताचे नेहमीच रक्षण करतात. अंबरीषाच्या रक्षणासाठी सुदर्शनचक्राला नियुक्त केले होते. सुदर्शनचक्राने त्या कृत्येला जाळून टाकले व राजाचे प्राण घेऊ पाहणाऱ्या दुर्वासांवर चाल करून गेले. आता दुर्वास घाबरले व जीव घेऊन पळू लागले. पण ते जिथे जात होते तिथे तिथे त्यांच्यासाठी सुदर्शनचक्र जात होते. शेवटी ते ब्रह्मदेवाकडे गेले. त्यांनी आपली असमर्थता व्यक्त केली. मग ऋषी शंकरांकडे गेले. त्यांनीही असमर्थता दर्शवली. मग ते विष्णूंकडे गेले. विष्णूंनी सांगितले, आता ते माझ्या हातात नाही. तुम्ही अंबरीषाला शरण जाऊन त्याची क्षमा मागा.

नाइलाजाने दुर्वास अंबरीषाकडे गेले. अंबरीषाने सुदर्शनचक्राला हात जोडून विनंती केली, तेव्हा त्या सुदर्शनचक्राने दुर्वासांचा पाठलाग थांबवला. दुर्वासांनी अंबरीषाची क्षमा मागितली व त्याला खूप आशीर्वाद दिले.

पण ब्राह्मणाचा शाप कधीच व्यर्थ जात नाही. तेव्हा श्रीविष्णूंनी तो शाप आपल्यावर घेतला व त्यांनी दहा जन्म घेतले. मत्स्य, कूर्म, वराह, नृसिंह, वामन, परशुराम, श्रीराम, श्रीकृष्ण, भगवान बुद्ध व कल्की. (हा अवतार अजून व्हायचा आहे.) असे दहा जन्म त्यांनी पत्करले.

रामावतारात त्यांचे दर्शन अवतार समाप्तीच्या वेळी होते. प्रत्यक्ष काल ऋषींचे रूप घेऊन श्रीरामांना एकांतात भेटण्यासाठी आला होता. लक्ष्मणाला दरवाजावर पहाऱ्यासाठी ठेवून ते दोघे आत बोलत होते. तेवढ्यात दुर्वास ऋषी तिथे आले व रामाला भेटायचे आहे लवकर. आत जाऊ दे म्हणून लक्ष्मणाला सांगू लागले. नाही जाऊ दिले तर अयोध्या जाळून टाकण्याची त्यांनी धमकी दिली. अयोध्येला वाचवण्यासाठी लक्ष्मण वर्दी द्यायला आत गेला. त्याला पाहताच काल उठून गेला. दुर्वासांनी आत जाऊन श्रीरामांना सांगितले, की मी एक हजार वर्षं उपवास केला आहे. (वाल्मिकी रामायणातील उत्तर कांडातील १०५ व्या अध्यायात ही घटना आहे.) मला ताबडतोब भोजन दे. श्रीरामांनी तात्काळ भोजनाची व्यवस्था केली, पण लक्ष्मणाला आज्ञाभंग केल्यामुळे देहदंड दिला. लक्ष्मणाने काहीही उत्तर न देता शरयू नदीत देहार्पण केले. पाठोपाठ दुःखी श्रीरामांनीही शरयूमध्ये देहार्पण करून अवतार संपवला.

त्यानंतर त्यांचा वावर द्वापारयुगातही दिसून येतो. यदुवंशी शूरसेनेला पहिली कन्या झाली. तिचे नाव पृथा. शूरसेनाने आपला आतेभाऊ कुंतीभोज अपत्यहीन होता म्हणून त्याला आपली कन्या दिली. तेव्हापासून ती कुंती म्हणून जाणली जाऊ लागली. वसुदेव हा पृथाचा धाकटा भाऊ.

कुंतीभोजाने कुंतीवर अतिथी सत्काराचे कार्य सोपवले होते. एकदा दुर्वास ऋषी तिथे आले. तिने त्यांचीही सेवा मनापासून केली. प्रसन्न होऊन दुर्वासांनी तिला वशीकरण मंत्र दिला. ज्या देवतेचे ती आवाहन करेल ती येईल व त्याच्यापासून तिला पुत्रप्राप्ती होईल. कुंती एक अल्लड कुमारिका होती. कुतुहलाने तिने सूर्याला आमंत्रित केले. खरेच सूर्य प्रकट झाल्यावर ती घाबरली. बोलावण्याच्या अपराधाला क्षमा मागू लागली. पण दुर्वासांचा वर व्यर्थ कसा जाणार? कुंतीला सूर्यापासून तात्काळ पुत्रप्राप्ती झाली. तोच कर्ण.

पुढे तिचे लग्न पंडूशी झाले. पंडू शापामुळे संतान प्राप्त करू शकत नव्हता. त्यावेळी तिने मंत्राचा उपयोग करून स्वतःसाठी तीन व माद्रीसाठी दोन पुत्र प्राप्त केले. तेच पांडव. पुन्हा दुर्वासांचे दर्शन वनपर्वात होते.

पांडव काम्मकवनात गेले तेव्हाचा हा प्रसंग आहे. एकदा दुर्वास ऋषी दुर्योधनाकडे गेले. दुर्योधनाने त्यांचे खूप आदरातिथ्य केले. दुर्वास ऋषींनी प्रसन्न होऊन वर दिला. दुर्योधनाने त्यांना पांडवांकडे त्यांचे भोजन झाल्यानंतर जाऊन भोजन मागण्यास सांगितले. वर दिला होता, त्यामुळे शिष्यांना घेऊन दुर्वास काम्मकवनात गेले. दहा हजार शिष्य त्या वेळी बरोबर होते. चौकशी करून द्रौपदीसकट सर्वांचे भोजन झाले आहे व सूर्याने दिलेली थाळी धुवून पालथी घातली आहे याची खात्री करून ते तिथे गेले व सर्वांसाठी त्यांनी भोजनाची मागणी केली.

द्रौपदी संकटात सापडली. एवढ्या लोकांना आता भोजन कसे देणार? दुसऱ्या दिवसापर्यंत थाळी काही देऊ शकणार नव्हती. काकुळतीला येऊन तिने कृष्णाचा धावा केला. कृष्ण आला तोही 'भूक भूक' करत आला व काहीही बोलण्यापूर्वी प्रथम मला खायला दे, म्हणू लागला. पण कृष्णाचा 'काही तरी खायला दे'चा घोषा सुरूच होता. द्रौपदीने थाळी आणली. घासताना चुकून एक पान तसेच चिकटलेले राहिले होते. श्रीकृष्णाने तेच पान काढून खाऊन टाकले. इकडे दुर्वास ऋषी स्नान करून बाहेर येताच त्यांना पोटभर जेवल्याचे समाधान मिळाले. आता त्यांना पांडवांची भीती वाटू लागली. आपला खोडसळपणा कळला नि त्यांनी आपल्याला दंड दिला तर? सगळेच घाबरले व तिथून परस्पर निघून गेले.

सहदेव भोजनासाठी बोलवायला गेला तर तिथे कुणीही नव्हते. सर्वजण मार्गस्थ झाले होते. तिकडे श्रीकृष्णाने धर्मराज आदींना दर्शन देऊन सांगितले, की हे संकट टळले आहे, तुम्ही चिंता करू नका.

दुर्वासांनी श्रीकृष्णालाही सोडले नाही. एकदा दुर्वास द्वारकेला गेले. त्यांनी कृष्णाकडे मुक्काम ठोकला व कृष्ण व रुक्मिणीला त्यांनी वेठीला धरले. 'हे आणा, ते आणा', 'हे करा, असेच हवे' करून त्या दोघांना भंडावून सोडले. एकदा त्यांना खीर करून गरम खीर आणायला सांगितली. खीर अगदी उकळती हवी. बिचाऱ्यांनी आणली. मग ती त्यांना स्वतःच्याच अंगावर माखून घ्यायला लावली. त्या स्थितीत रथाला घोड्यांच्या ऐवजी त्यांना जुंपले व त्या रथावर स्वार होऊन तो रथ त्या दोघांना खेचायला लावला. दोघांनी मुकाट्याने रथ ओढायला सुरुवात

केली. रुक्मिणी घामाघूम झाली. तेव्हा दुर्वासांनी त्यांना थांबायला सांगितले व ते द्वारका सोडून निघून गेले.

म्हणतात की त्या खिरीने पायाचा अंगठा माखला गेला नव्हता. व्याधाचा बाण तिथेच लागला व कृष्णावतार समाप्त झाला. हा असा प्रसंग त्यांनी एकदा कुरुक्षेत्रावरही केला होता. वाढलेले सगळे अन्न स्वतः खाऊन अंगाला फासून संपवून टाकले व मुद्‌गल ऋषींना उपाशी ठेवले. पुढे त्यांना वर दिला ती गोष्ट वेगळी. कालिदासाच्या शकुंतला नाटकातही शकुंतलेला शाप देणारे दुर्वासच होते. त्यामुळे दुष्यंत तिला विसरला होता. स्वामीनारायणही दुर्वासांच्या शापाचेच फळ आहे असे त्यांचे अनुयायी मानतात.

अशा तऱ्हेने दुर्वास ऋषींचा वावर सर्वत्र क्रोधाने शाप देतच झालेला दिसून येतो. त्यांचा आश्रमाचे, शिष्यांना उपदेश करण्याचे, प्रसन्नतेचे वर्णन कुठेही सापडत नाही. वाटत होते, की बहुतेक ते जन्मभर ब्रह्मचारीच राहिले असणार! त्यांना आपली कन्या कोण देणार?

कुठल्याशा पुराणात आर्व ऋषींनी आपली कन्या कंदली त्यांना विवाहात दिली असा उल्लेख आहे. (महाराष्ट्रातील ऋषीमुनी लेखक श्री. मोरेश्वर व सौ. विजया कुंटे, मंदिर कोश, प्रकाशन विठ्ठलनगर कॉलनी, पुणे, सिंहगड रोड) पण होईल होईल वाटत होते तेच अखेरीस झाले. क्रोधाच्या भरात त्यांनी आपल्या पत्नीला जाळून टाकले.

काहीजण त्यांच्या नावावर दोनतीन स्तोत्रे आहेत, असे म्हणतात. त्यांचे मंदिर महाराष्ट्रात मेहेर तालुक्यात आहे, असा वर उल्लेखिलेल्या पुस्तकात म्हटले आहे.

इति दुर्वासः!

⌘

ऋषिका

पूर्वीच्या काळी स्त्रियांचे जीवन कसे होते? वेदकाळात स्त्रियांना मान होता. त्यांना वेदांचे अध्ययन करण्याचा अधिकार होता, वेदपठणाचाही अधिकार होता. त्या केवळ आपल्याच गावी नाही, तर आसपासच्या गावांमध्ये जाऊनही वेदपठण व समूहगायन करत होत्या. यज्ञकार्यात त्यांना पुरोहित म्हणून नियुक्त केले जात असे. त्या साधारण यज्ञ व सोमयागही करत. त्यांना यज्ञ करण्याचाही अधिकार होता. ज्ञानार्जनाबरोबर त्या अध्यापनही करत असत. त्या वेदमंत्रांच्या रचयिताही होत्या आणि त्यांचा ऋग्वेदात समावेशही केलेला आहे. त्या पडदा वापरत नव्हत्या. त्या नम्रतेने व्यवहार करत. बायका शिकल्या की डोक्यावर बसतील, हाताबाहेर जातील, अशी भीती तत्कालीन समाजाला नव्हती. मात्र, स्त्रियांवर काही बंधनेही होती. स्त्रिया राज्यही चालवत होत्या. त्यांना 'इंद्रतमा' अशी पदवी दिली जाई. त्या उत्तमप्रकारे शासन चालवत. युद्धात भाग घेत. मुद्गल पत्नीने व विपलाने सैन्याचे नेतृत्वही केले होते. संख्येने ऋषिका अल्प होत्या, असे दिसते. या ऋषिकांची फारशी माहिती उपलब्ध नाही.

⌘

वागाम्भृणी

अम्भृणी ऋषींची कन्या *वाक्* किंवा *वाच्* ही सूक्तद्रष्टी ऋषिका होती. ज्ञानार्जन करून तिने ब्रह्मसाक्षात्कार केलेला होता. *ब्रह्मविद् ब्रह्म एव भवति* त्याप्रमाणे ती स्वतः ब्रह्मच झाली होती. तिच्या सूक्तात ते दिसून येते. ऋग्वेदाच्या दहाव्या मंडलातील १२५ वे सूक्त तिच्या नावावर आहे. त्यातील चार मंत्र *त्रिष्टुप* छंदात आहेत, तर दोन *जगती* छंदात आहेत.

'मी रुद्र, वसू वगैरेंबरोबर संचार करते'... 'त्याप्रमाणेच मी द्वादशादित्य व विश्वदेवांबरोबर राहते. मी मित्रावरुणांना धारण करते व त्यांचे पोषण करते. मी इंद्र, अग्नी व दोन्ही अश्विनीकुमारांना धारण करते आणि त्यांचे पोषण करते. मी शत्रूचा नाश करणाऱ्या सोमाला धारण करते. मी त्वष्टा, पूषा व भग यांनाही धारण करते. अन्नादी पदार्थांच्या आहुत्या देणाऱ्या, योग्य मार्गाने जाणाऱ्या, धन मिळवणाऱ्या, सदाचारी, सोमरस तयार करून त्याच्या आहुत्या देणाऱ्या यजमानांसाठी यज्ञफलस्वरूप धन धारण करते व ते त्यांना देते (म्हणजेच यज्ञफल मी देते).'

'मी या राष्ट्राची स्वामिनी आहे. सर्व जगाला मी ज्ञानरूप धन प्रदान करते. यज्ञीय देवांमध्ये मी प्रमुख ज्ञानवती आहे. अनेक रूपे धारण करणारी व अनेक वेशधारी आहे. प्रत्येक प्राणिमात्रात माझा वास आहे. म्हणूनच देव माझे अनेक प्रकारांनी वर्णन करीत असतात. जो अन्न खातो, पाहतो व प्राण धारण करतो

आणि मी दिलेल्या ज्ञानाचे श्रवण करतो, ग्रहण करतो तसेच त्या ज्ञानाचा उपयोग करतो; तो हे सर्व माझ्याच कृपेमुळे करू शकतो. जे मला जाणत नाहीत, ते नष्ट होतात. हे ज्ञानी मित्रा, तू नीट ऐक. मी तुला श्रद्धा ठेवण्यास योग्य असे ज्ञान सांगत आहे. मी स्वतःच आपणहून या ज्ञानाचा उपदेश करीत आहे. या ज्ञानाचे मनन देव व मानव श्रद्धापूर्वक करीत असतात. ज्याला ज्ञान देण्याची मला इच्छा होते; त्याला मी श्रेष्ठ, विद्वान व सामर्थ्यवान करते. त्याला ब्रह्मर्षी, ज्ञानी व बुद्धिमान करते.'

'ब्रह्मद्वेष्ट्या हिंसक शत्रूंचा वध करण्यासाठी तसेच दुष्टांना सरळ करण्यासाठी, दुष्टांना रडवणाऱ्या रुद्राचे धनुष्य मी ताणून सज्ज करते. जनकल्याणार्थ मला युद्धही करावे लागते. द्यावा-पृथ्वीवरील सर्वांना व्याप्त करून मी सुखी करण्याचा प्रयत्न करते.'

'मी या पृथ्वीच्या शिरोभागी असलेल्या द्यू-लोकांना तसेच पितृ-लोकांना उत्पन्न केले आहे. माझे जन्मस्थान समुद्रजलाच्या मध्यभागी म्हणजेच परमात्म्याच्या बुद्धीत आहे. मी या जगाला व्यापून विशाल अंतरिक्षाला स्पर्श करते. त्यामुळे हे जग कल्याणमय होऊन सर्व जण सुखी होतील.'

'मी या विश्वाची निर्माती असून त्याचे पालन-पोषणही मीच करते. वाऱ्याप्रमाणे मी हे सर्व विश्व व्याप्त केले आहे. मी सर्वांहून महान असून माझ्या महान सामर्थ्याने विविध रूपांत प्रगट होते.'

हे उद्गार केवळ ब्रह्मविद्च काढू शकतो. संतही 'आम्ही विश्वाचे जनिते', 'आम्ही वैकुंठवासी' असे म्हणतात, ते ब्रह्माशी ऐक्य पावल्यामुळेच. त्यात गर्व नाही, वस्तुस्थिती असते.

वाक्‌च्या या सूक्तातील बरेचसे मंत्र श्रीसूक्तात घेतले आहेत. या सूक्ताचे देवी-उपासनेत श्रेष्ठ स्थान आहे. आज घराघरांत श्रीसूक्त म्हटले जाते– निदान नवरात्रात तर म्हटलेच जाते; एवढा मान या वागाम्भृणीच्या मंत्रांना समाजाने दिलेला आहे. त्यामुळे स्त्री म्हणून त्या काळी कुठेही अवहेलना नव्हती, हे सिद्ध होण्यास अडचण नसावी.

ब्रह्माशी ऐक्य पावलेल्या या ऋषिकेला प्रणाम.

⌘

सूर्या

ही *सूर्या सावित्री किंवा सावित्री सूर्या* म्हणूनही ओळखली जाते. ऋग्वेदाच्या दहाव्या मंडलातील ८५ वे सूक्त हिच्या नावावर आहे. ४७ मंत्रांचे हे एक दीर्घ सूक्त आहे. या सूक्तातील काही मंत्र विवाहाच्या वेळी आजही म्हटले जातात. यावरूनही त्या काळी स्त्री म्हणून कुठेही अवहेलना नव्हती, हे पुन्हा सिद्ध होते.

पहिल्याच मंत्रात म्हटले आहे, 'देव-देवतांमधील प्रमुख अशा सत्यस्वरूप ब्रह्माने पृथ्वीला आकाशाच्या आकर्षणाने स्थिर केले आहे. सूर्याने द्यूलोकाला स्थिर केले आहे.' यावरून सूर्य व अन्य ग्रह एकमेकांच्या आकर्षणाने कक्षेत स्थिर केलेले असतात, याचे ज्ञान त्या काळी असावे, असे अनुमान काढले गेले आहे. विज्ञानाचे अध्ययन स्त्रियाही करीत होत्या, असे दिसते.

नंतर तिने सोमाचे माहात्म्य वर्णन केले आहे. सोमरस अल्प प्रमाणात घेतल्यास तो शक्तिवर्धक असतो. त्याला वैद्यांच्या भाषेत 'यथार्थ सोम' म्हणतात. सोमप्राशनाचा अधिकार त्या काळी अयाज्ञिकांना नव्हता. 'सोमाची चटक लागते', असे वर्णन केलेले आहे.

रैभी (वेदांतील काही विशिष्ट ऋचा) सूर्याच्या विवाहानंतर तिची व तिच्या विवाहित मैत्रिणींची सखी झाली होती.' वगैरे वर्णनांवरून 'स्त्रीचे

विवाहासमयीचे वस्त्र सामगायनाने सुशोभित केले'— म्हणजे वेदमंत्र गाऊन विवाह संपन्न केला. वैदिक काळात देव, ब्राह्मण, वेदमंत्र, सामगायन व प्रज्ज्वलित अग्नीच्या साक्षीने विवाह संपन्न होत असे. आताही याच पाच जणांच्या साक्षीने विवाह संपन्न होतो व तो विवाह कायदेशीर मानला जातो.

ज्यावेळी सूर्या पतिगृही गेली, त्यावेळी उत्तम विचार हेच तिचे उपवस्त्र होते. नेत्रांत काजळ होते. द्यू व पृथ्वीवरील संपत्तिरूप कोठार ही तिची वरदक्षिणा होती. तिच्या रथाच्या चाकांचे दांडे म्हणजे सूक्ते होती. कुरीर नामक छंदाने तिचा रथ सुशोभित केला होता.

विवाह हा पवित्र संस्कार आहे, हेच या सर्वांवरून ध्यानात येते. सूर्यपुत्री सूर्याचा नियोजित वर अश्विनीकुमार होते. मिरवणुकीच्या अग्रभागी अग्नी होता.

उषःकाली सूक्तपठण केले जाई. त्याचवेळी पक्ष्यांची किलबिलही ऐकू येई. उषःकालची वेळ ब्राह्म मुहूर्तानंतरची असते. ब्राह्म मुहूर्तावर उठून, सर्व आवरून अग्नी प्रदीप्त करून स्तोत्रे म्हटली जात. त्यावेळी उठून हे सर्व करणे स्वास्थ्याच्या दृष्टीने चांगले असलेल्या सर्वांवर हे रूपक असावे, असे म्हटले जाते.

सोमही तिच्याशी विवाह करण्यास उत्सुक होता, पण सूर्याने तिचे कन्यादान अश्विनीकुमारांना केले.

ज्या वेळी सूर्या आपल्या पतिगृही गेली, तेव्हा तिचे मनच तिचा रथ बनले. आकाश हे छप्पर झाले. तिच्या या मनरूप रथाची कीर्ती ऋक् व साम ऋचांनी गात-गात सूर्य व चंद्ररूपी दोन बैलांनी हा रथ वाहून नेला. वायू या रथाची धुरा झाला. सूर्याने दिलेले तेजाचे धन मघा नक्षत्रावर पाठवले आणि फाल्गुनी नक्षत्रावर ते तिच्या पतिगृही पोचले. (उषःकाली सूर्याचे तेज मघा नक्षत्रावर अधिक असते व फाल्गुनी नक्षत्रावर सर्वांत कमी असते.)

अश्विनीकुमारांच्या रथाची चाके सूर्य व चंद्र आहेत आणि तिसरे चाक संवत्सर आहे, ते गुप्त आहे. (संवत्सर म्हणजे सहा ऋतूंचे वर्ष. हे सूर्य-चंद्रासारखे दिसत नाही, पण ते काळाला पुढे नेते.) या तिसऱ्या चाकाची संपूर्ण माहिती खगोलशास्त्रज्ञांनाच असते.

त्यानंतर सूर्य-चंद्राच्या भ्रमणाचे वर्णन आलेले आहे. त्या काळी खगोलशास्त्र खूपच प्रगत होते. (ग्रहण केव्हा होणार वगैरे त्यांना कळत होते. म्हणजे राहू-केतूने गिळणे वगैरे काव्यात्मक वर्णने होती. अत्रिऋषींनी ग्रहणकाळात सूर्याची निरीक्षणे करून टिपून ठेवली आहेत.)

विवाहानंतर सूर्या पतिगृही जायला निघाली; तेव्हा पळस, सावरी आदी वृक्षांच्या लाकडांपासून रथ बनवला गेला. त्याला रुप्याचे, सोन्याचे आवरण दिले गेले. ''अशा रथावर आरूढ हो व पतीसाठी अमृतमय अशा लोकांना आरोग्य देऊन सुख दे. हे विश्वावसूंनो– उठा, जागे व्हा. ही स्त्री आता सौभाग्यवती झाली आहे. तुम्ही आता पित्याघरी राहणाऱ्या दुसऱ्या एखाद्या नवयौवनेची इच्छा करा. तुम्ही तिचे व तिच्या पतीचे मीलन घडवून आणा. हे देवांनो, या पती-पत्नीचा संसार सुखाचा होवो. त्या दोघांनी दाम्पत्यनीतीचे पालन करून सदाचरणी राहावे. हे कृपाळू दानशूर इन्द्रा, ज्या स्थानी ही वधू उत्तम पुत्रवती व भाग्यवती होईल, ते पतीचे घर तिला कल्याणकारक होवो. तिथे तिला सुख-समाधान लाभो. इथून पुढे तुला तुझा भाऊ पूषा तुझा हात धरून तुझ्या पतीकडे नेणार आहे. मी पुढे येणार नाही. आता अश्विनीदेव तुला त्यांच्या रथातून घेऊन जातील. हे पुत्री, तू आता आपल्या खऱ्या घरी जा. तू खरी गृहिणी, गृहस्वामिनी व सर्वांना ताब्यात ठेवणारी हो. तू विवेकाने वाग, गोड भाषण कर. संतानप्राप्तीसाठी तू पतिगृही समृद्ध होऊन राहा. आपल्या पतीशी मीलन करून तू आनंद प्राप्त कर.''

त्यानंतर सासरच्या लोकांशी कसे वागावे, याचाही उपदेश सूर्य करतो. पती-पत्नीचे मीलन हे प्रजापती-व्रत मानले जाते. त्याचे सविस्तर वर्णन त्यामुळेच निःसंकोच केले जाई.

पतिगृही तिचे प्रेमाने स्वागत केले जाई. ''ही वधू मंगलमय व कल्याणकारी आहे. आशीर्वाद देण्यासाठी आलेल्या मंडळींनी वधूला अवश्य पाहावे व आशीर्वाद देऊनच आपल्या घरी जावे. सूर्यपुत्रीने नेसलेले वस्त्र तीन भागांनी बनलेले आहे. एक भाग आतला आहे, एक पदर आहे व एक झालरयुक्त पायघोळाचा आहे. सूर्यपुत्रीचे देखणे रूप जरूर पाहा. तिला 'सौभाग्यवती हो' असा आशीर्वाद द्या.''

मग पतीही तिचे स्वागत करतो. ''हे वधू, मी तुझा हात सौभाग्यासाठी, उत्तम संसारासाठी स्वीकारत आहे. तू वृद्धावस्थेपर्यंत माझी सोबत कर.

अर्यमा, सविता अन्य बुद्धिमान देवी-देवतांनी तुला उत्तम गृहस्थधर्माचे पालन करणसाठीच माझ्या स्वाधीन केले आहे.

''हे अग्ने, गंधर्वांनी सूर्यपुत्रीला हुंड्यासहित तुला प्रथम तुझ्या स्वाधीन केले. मग तू नंतर तिला सोमाच्या स्वाधीन केलेस, त्यानंतर अश्विनीकुमारांच्या स्वाधीन केलेस. तिच्यापासून आम्हाला उत्तम संतती प्राप्त होवो.''

(रात्र व उषःकालाच्या संधिकाली सोमवल्ली आणली जाते. त्या वेळी पक्ष्यांचा कलरव सुरू झालेत असतो. त्यानंतर अग्नी प्रदीप्त केला जातो. त्या सर्वांवर रचलेले हे एक काव्यमय रूपक आहे.) (हे असे उल्लेख पुढे स्मृतींमधूनही आलेले आहेत.)

''हे पती-पत्नींनो, आता तुम्ही येथेच राहा. एकमेकांपासून विभक्त होऊ नका. दीर्घायुष्य जगा. स्वतःच्या घरी राहून पुत्र-पौत्रांसह आनंद मिळवा.''

''हे पत्नी, तू मंगलमय व कल्याणकारक होऊन पतीच्या घरी प्रवेश कर. आप्त, परिवार, पशुधन सगळ्यांसाठी कल्याणप्रद व सौख्यदायी हो.''

सासरचे लोक म्हणतात, ''हे नवविवाहित मुली... तू शांत-प्रेमळ मनाची, कृपादृष्टीची, पतीला दुःख न देणारी, त्याच्यावर मनापासून प्रेम करणारी होऊन या घरात प्रवेश कर. पशुधनासाठी तू हित करणारी हो. कल्याणप्रद, उत्तम, शुभ, प्रेमळ, तेजस्वी, सुखकारी, देवभक्त व वीरप्रसवा होऊन प्रवेश कर. आमचे आप्त, परिवार, नातलग व पशुधन यांना सौख्यदायी हो. हे इंद्रा, हिला सौभाग्यवती व पुत्रवती कर. हिला दहा पुत्र होऊ देत व अकरावा तिचा पती असू दे. (पतीचीही शेवटी आई होऊनच तिला राहावे लागते.) हे वधू– तू सासरा, सासू, नणंद, दीर यांना सांभाळून घे. त्या सर्वांची सम्राज्ञी होऊन रहा.''

तीही प्रार्थना करते, ''समस्त देव आम्हा दोघांची हृदये एकरूप करू देत. जलदेवता, वायुदेवता, विधाता, सरस्वती आम्हाला एकरूप करोत.''

या सूक्ताची एकूण मंत्रसंख्या ४७ आहे. आजही हे सूक्त विवाहात अर्थासह वर-वधूंना समजावून सांगण्यासारखे आहे. (कन्येला तिचे घर मिळावे, पुत्र-पौत्र प्राप्त व्हावेत यासाठी तिची पाठवणी करणे म्हणजे कन्यादान. मातृत्व स्त्रीला पूर्णत्वाला नेते.)

या सूक्ताची द्रष्टा सूर्या कविहृदयाची, विवाहाचा खरा अर्थ जाणणारी व लोकांना समजावणारी आहे. विवाह हा एक पवित्र संस्कार आहे. उत्कृष्ट

संततीच उत्कृष्ट समाज बनवील. गृहस्थ हा समाजाचा कणा आहे. ब्रह्मचारी व संन्यासी त्याच्यावरच अवलंबून असतात. हे सर्व भान या सूक्तांमध्ये दिसून येतात. स्त्री ही त्या काळी प्रगल्भ विचारांची, कविहृदयाची, प्रेमळ, कुटुंबवत्सल होती. वधू पडद्यात नव्हती. सरस्वतीची उपासक होती. स्त्रीला समाजात मानाचे स्थान होते. तीही जबाबदार नागरिक होती.

आजकालच्या समाजाला यातून बरेचसे घेता येईल, हे निश्चित.

⌘

घोषा

कक्षीवान ऋषींची *घोषा* कन्या. ही सूक्तद्रष्टी होती. हिची सूक्ते ऋग्वेदात ग्रथित केलेली आहेत. असे दिसते की, ही कुष्ठरोगाने ग्रस्त होती. त्यामुळेच ही पितृगृहीच राहत होती. हिने अध्ययन केलेले होते, परंतु कुष्ठामुळे तिचा विवाह होत नव्हता. मात्र अविवाहितेस मृत्यूनंतर गती नाही, त्यामुळे विवाह होणे आवश्यक होते. मग हिने अश्विनीकुमारांची प्रार्थना केली. त्यांच्या कृपेने ही कुष्ठरोगापासून मुक्त झाली. त्यानंतर तिचा विवाह झाला. तिच्या पतीचे नाव उपलब्ध नाही, पण तिला दोन पुत्र झाले. घोष व सुहस्त्य अशी त्यांची नावे होती.

दहाव्या मंडलातील ३९ वे सूक्त काक्षीवती घोषाच्या नावावर आहे. त्यात अश्विनीकुमारांची स्तुती व प्रार्थना आहे. अश्विनीकुमार आपल्या उत्तम बांधणीच्या रथातून सतत हिंडत असतात. लोक आदराने त्यांना आपल्या घरी बोलावत असतात. त्यांची ती प्रार्थना करते, ''हे अश्विनीकुमारांनो, तुम्ही आम्हाला सत्य व मधुर भाषण करण्यास प्रेरित करा. आम्हाला सुविचार द्या आणि सत्कर्म करण्यास प्रवृत्त करा. आम्हाला यशस्वी करा व उपभोग्य धन प्रदान करा.''

''हे सत्यस्वरूप अश्विनीकुमारांनो, पित्याच्या घरी असलेल्या वृद्ध घोषाला सौभाग्य प्राप्त करून देण्यासाठी तुम्ही निर्माण झाला आहात. उपाशी लोकांचे

तुम्ही रक्षक आहात. हीन जातीच्या व निकृष्ट गुण असणाऱ्यांचेही तुम्ही रक्षक आहात. रोगांनी पीडित लोकांची चिकित्सा करून तुम्ही त्यांना आरोग्यसंपन्न करता.''

''ज्याप्रमाणे जुन्या रथाची दुरुस्ती करून त्याला चालवण्यास सक्षम व समर्थ बनवले जाते, त्याप्रमाणे तुम्ही वृद्ध व दुर्बल च्यवनऋषींना औषधोपचार व योग्य आहार देऊन आरोग्यसंपन्न व तरुण केलेत. तुग्रपुत्र भुज्यू समुद्रात बुडत असता त्याला वर काढून घरी सुखरूप पोचवलेत. तुमच्या प्राचीन पराक्रमांचे वर्णन मी जनसमुदायासमोर करत आहे. तुम्ही निष्णात सौख्यदायी चिकित्सक वैद्यराज आहात. मी माझ्या संरक्षणासाठी ही नवी स्तोत्रे रचून व गाऊन तुमची पूजा करत आहे.''

''मी आप्तरहित, अडाणी, कुटुंबहीन, एकटी, अश्रद्ध आहे. मला दुर्गती येण्यापूर्वीच माझा उद्धार करा.''

''तुम्ही पुरुमित्रराजाच्या शुन्धुवा नामक कन्येला रथावर उचलून घेऊन तिला तिचा पती विपदाकडे सुखरूप पोचवलेत. वध्रीमतीला युद्धप्रसंगी साह्य केलेत. तिच्या तुटलेल्या हातावर शस्त्रक्रिया करून तिला सुवर्णमय कृत्रिम हात बसवून दिलात. तिच्या प्रसूतीच्या वेळीही तिला मदत केलीत. तुम्ही कली नावाच्या वृद्ध ऋषींना आरोग्य व तारुण्य दिलेत. वन्दन नामक ऋषींना विहिरीतून बाहेर काढलेत. युद्धात पाय गमावलेल्या विश्पलाला लोखंडी कृत्रिम पाय बसवून दिलात. रेभऋषींना असुरांनी गुहेत कोंडले होते, त्यांची सुटका केलीत. बांधून अग्निकुंडात फेकून दिलेल्या अत्रिऋषींना तुम्ही कुंडातून बाहेर काढले. भाजल्याने झालेल्या त्यांच्या जखमांवर इलाज करून त्यांना आरोग्यसंपन्न केलेत.'' अश्विनीकुमारांच्या कौशल्याची व पराक्रमाची आणखीही वर्णने तिने केली आहेत. ''ज्याप्रमाणे माता-पिता आपली कन्या सालंकृत करून एखाद्या तरुण पुरुषाला पत्नी म्हणून अर्पण करतात, त्याप्रमाणे आम्ही स्तुतिसुमनांनी अलंकृत करून हे स्तोत्र तुम्हाला अर्पण करत आहोत.''

ऋग्वेदातील दहाव्या मंडलातील ४० वे सूक्तही अश्विनीकुमारांच्या स्तुतिपर आहे. तेही तिनेच रचलेले आहे. त्यातही अश्विनीकुमारांच्या रथाचे कौतुक आहे. (रथाचे सारथ्य करण्यात अश्विनीकुमार अत्यंत कुशल होते, असे वर्णन अन्य ऋषींच्या व ऋषिकांच्या स्तोत्रात केलेले आहे.) ''प्रातःकाळी ब्राह्मण

अश्विनीकुमारांचे स्तवन करत असतात. आम्ही यज्ञीय हवी घेऊन अहोरात्र तुम्हाला आवाहन करून तुमची वाट पाहत असतो. सगळीकडे फिरून आलेली व प्रयत्न करून थकलेली राजा कक्षीवानाची कन्या घोषा तुम्हाला सांगते आहे– रात्रंदिवस तुम्ही माझ्या हितासाठी माझ्या दैनंदिन कामात सहायक व्हा. मी तुमच्याजवळ सुखाची याचना करत आहे.''

''तुम्ही वृद्ध ऋषी, परिचारक व विधवांचे रक्षण करता. तुमच्या कृपेनेच ही घोषा नारीलक्षणे प्राप्त करून सौभाग्यवती झाली आहे. माझ्याशी स्वेच्छेने विवाह करू इच्छिणारा पती मला मिळाला आहे. तुमच्या कृपादृष्टीमुळेच उत्तमोत्तम औषधी वनस्पती व अन्नधान्य निर्माण झाले आहे; होत असते. नद्या नतमस्तक होऊन तुमच्याकडे पाहतात.''

''हे अश्विनीकुमारांनो, जे लोक आपल्या पत्नीच्या प्राणरक्षणासाठी जीव ओवाळून टाकतात, तसेच जे लोक आपल्या बायकांना यज्ञकर्मात नियुक्त करतात, त्यांना आपल्या बाहूत घेऊन प्रदीर्घ आलिंगन देतात; त्या स्त्रियाही आपल्या पतीसाठी उत्तम संतती निर्माण करतात, त्यांना सुख देतात व स्वतःही सुख प्राप्त करून घेतात. आनंदी व प्रसन्न झालेल्या तुम्हा दोघांची मी माझ्या पतीच्या घरी श्रद्धेने व प्रेमाने स्तुती करत आहे. मला वीर पुत्रांसह ऐश्वर्य प्रदान करा.''

तिच्या मुलांच्या नावावरही सूक्ते आहेत.

घोषाच्या सूक्तांवरून त्या काळी वैद्यकशास्त्राची किती प्रगती झाली होती, हे दिसून येते. रोगचिकित्सा चांगली होत होती. वृद्धांना तारुण्य मिळत होते. कृत्रिम अवयव बसवले जात होते. तसेच स्त्रिया लढाईत भाग घेत असत आणि कृत्रिम अवयव बसवून पुन्हा युद्धाला उभ्या राहत असत.

त्यात सुखद वैवाहिक जीवनाची चित्रेही दिसतात. स्त्रिया अध्ययन करणाऱ्या, यज्ञात भाग घेणाऱ्या होत्या. एकंदर समाजात स्त्रियांना मान होता. त्या सर्व क्षेत्रांत कार्य करत होत्या, असे दिसते. तत्कालीन समाजावर प्रकाशझोत टाकणारी घोषाची सूक्ते त्या दृष्टीने अत्यंत महत्त्वपूर्ण आहेत.

⌘

इंद्राणी

हिचे दुसरे नाव *शची* असे असावे. ती पुलोमन राजाची कन्या होती. इंद्राची पत्नी. हिने गौरीव्रत केले व तिला जयंत नावाचा मुलगा झाला. ऋग्वेदात वृषाकपी नावाच्या मुलाचाही उल्लेख आढळतो. 'इंद्राणी' या नावाने ऋग्वेदातील दहाव्या मंडलात ८६ व्या सूक्तातील काही भाग हिच्या नावावर आहे आणि १५९ वे सूक्त 'शची' या नावावर आहे.

ती स्वतःबद्दल सांगते... ''मी सत्याची विधात्री, सत्यप्रतिपादक, ज्ञानदात्री, शूर इंद्रपत्नी– अशी मी इंद्राणी यज्ञात वा युद्धात प्रथम उपस्थित होत असते, म्हणूनच माझी सर्वत्र प्रशंसा होत असते. माझा पती इंद्र हा जगातील सर्वोत्तम पुरुष असून तो बहुप्रशंसित व बहुआवाहित व्यक्ती आहे.''

पुत्राला सोमयागात अध्वर्यू केल्यामुळे ती चिडली होती. इंद्र सर्वश्रेष्ठ असताना लोकांनी असे करायला नको होते, असे तिचे प्रामाणिक मत होते. इंद्रासाठी इंद्राणी स्वतः वेगवेगळ्या मिश्रणांनी सोमरस तयार करी. यज्ञात तिला विचारून इंद्रासाठी प्रसाद बनवला जाई.

इंद्राला ती किती व कसे रतिसुख देते याचेही विस्ताराने व मोकळेपणाने वर्णन आहे. सूर्याच्या विवाहसूक्तातही खूप विस्तृत वर्णने आहेत. यावरून एक गोष्ट लक्षात येते की, हा विषय त्या वेळी खुला होता, गोपनीय नव्हता. विवाहसुख-रतिसुख घेणे ही अत्यंत स्वाभाविक व आनंददायक बाब मानली

जात होती. उपनिषदांतून त्याला प्रजापतिव्रतही म्हटले गेले आहे. (अन्य धर्मांत त्याला वाईट समजले गेले आहे. त्या दृष्टीने आर्यांचा हा निकोप दृष्टिकोन विशेष लक्षात घेण्याजोगा वाटतो.)

या सूक्तात इंद्राच्या कुशल शल्यविशारद (सर्जन) असण्याबद्दल ती त्याचे कौतुक करते.

दहाव्या मंडलातील १५९ वे सूक्त शचीच्या नावावर आहे. यात तिला स्वतःबद्दल वाटत असलेला अभिमान व सवतीमत्सर दिसून यतो. ''माझे पुत्र वडिलांप्रमाणे शत्रूंना मारणारे आहेत. तसेच माझी कन्याही विशेष प्रकारे शोभित, विद्या-विनय यांनी संपन्न व सद्‌गुणी आहे. मीसुद्धा सर्वांवर विजय प्राप्त करून प्रभुत्व गाजवणारी आहे. माझ्या संसारात व पतीबरोबरही मी जे बोलते, तेच मानले जाते आणि तेच बोलणे सर्वश्रेष्ठ असते.''

यावरून लक्षात येते– त्या काळी आपले म्हणणे चालवणाऱ्या स्त्रिया होत्या. मुलींना शिकवले जाई आणि शिक्षणाने त्या उद्धट बनत नव्हत्या.

ती म्हणते, ''इंद्राला संपूर्णपणे जाणणारी व आपला पती प्राप्त करून त्याला वश करून ठेवणारी इंद्राणी शची सवतींना दूर करण्यास विशेष प्रकारे समर्थ होऊन त्यांना पराभूत करू इच्छिते. ध्वजाप्रमाणे ज्ञानवती व प्रमुख असलेली मी रागीट व तापट असूनही गोड-गोड बोलून, लाडे-लाडे नखरे करून माझ्या पतीला मी माझ्या मुठीत ठेवण्याचा प्रयत्न करत आहे. सवतींवर प्रभुत्व गाजवून, त्यांना पराभूत करून, त्यांच्यावर विजय मिळवून पतीला वश करणाऱ्या अन्य स्त्रियाही माझ्या कार्याला, इच्छेला अनुमोदन देत असतात.''

''सर्वांना पराजित करणारी मी इंद्राणी शची– माझ्या सर्व सवतींवर विजय मिळवत आहे. यामुळे मी इंद्र व त्याचे आप्तसंबंधी या सर्वांवर प्रभुत्व प्राप्त करू शकेन.''

कुटुंबावर व नवऱ्यावर आपले वर्चस्व गाजवणारी अशी ही इंद्राणी आहे.

⌘

अपाला

अपाला अत्री ऋषींची मुलगी असावी वा अत्रि-कुलातील असावी. आत्रेयी अपाला. हिच्या नावावर ऋग्वेदातील आठव्या मंडलातील ९१ वे सूक्त आहे. देवता इंद्र आहे. हे सूक्त पंक्ती व अनुष्टुभ छंदात रचलेले आहे.

अत्रींची ही कन्या ब्रह्मज्ञानी होती. तिचे लग्न झाले होते पण लग्नानंतर हिच्या शरीरावर कोड उठले. तेव्हा रागावून पतीने हिला माहेरी पाठवून दिले. अत्यंत दुःखित अंतःकरणाने ती वडिलांकडे राहत होती. इंद्राची आराधना करत होती. वास्तविक अश्विनीकुमारांचा धावा तिने करायला हवा होता. कारण त्यांचे वैद्यक क्षेत्रातले नाव प्रसिद्ध होते. पण इंद्र बलशाली, तेजस्वी म्हणून बहुधा तिने इंद्राची उपासना सुरू केली. इंद्राला सोमरस अत्यंत प्रिय असतो.

एकदा ती नदीवर स्नानाला गेली असताना तिला वाटेत सोमवल्ली दिसली. तिने ती तोडली आणि थोडी चाखूनही पाहिली. त्यावेळी कडाकडा आवाज झाला. (त्याबद्दल काही जण सोम ही वल्ली नसून धूमकेतूने झालेले दगड असल्याचे सांगतात. हे त्यांचे म्हणणे अजून सर्वमान्य नाही. श्री. रवींद्र गोडबोले यांनी यावर एक पुस्तकही लिहिले आहे.) तो सुपरिचित, सुमधूर आवाज ऐकून इंद्र तिथे आला. तिने त्याला घरी नेले. सांगितले, 'मी हा सोमरस तुझ्यासाठी बनवत आहे.'

त्यावेळी धान्याचे पीठ घालून, दही घालून वा घारगा घालून वेगवेगळी सोमपेये निर्माण केली जात. त्याप्रमाणे सोमरस तसार करून तिने तो इंद्राला अर्पण केला.

डॉ. भीमराव कुलकर्णी त्यावर भाष्य करताना म्हणतात, की याबद्दल त्याकाळी स्त्रियाही सोमरस तयार करून, सोमयाग करून तो इंद्राला अर्पण करत असाव्यात.

त्यावेळी ती इंद्राची स्तुती करताना हे सूक्त म्हणते असे दिसते. ती म्हणते की, इंद्रा, तू इतक्या ठिकाणी इतक्या तऱ्हेची कामे करतोस, अनेकांना साहाय्य करतोस, तुझे खरे व समग्र रूप अजूनपर्यंत कुणीच जाणू शकले नाही. पुढे ती त्याला विनंती करते, की तू आम्हाला सामर्थ्यशाली, ऐश्वर्यवान बनव. पती रागावल्यामुळे मला इकडे यावे लागले; पण तू मला स्वस्थ, सुदृढ व तेजस्वी बनव. माझ्या पित्याचे मस्तक गर्वाने उन्नत कर. त्याची शेती उत्तम पिकव व मला पुत्रप्राप्तीसाठी समर्थ व तेजस्वी बनव. माझ्या रथाला, गाडीला व रथाच्या जोखडाला छिद्रे पडली आहेत. ती बुजवून त्यांना ठीक कर.

सोमरसपान करून व एवढी स्तुती ऐकून, एवढे आदरातिथ्य मिळाल्यामुळे इंद्रही प्रसन्न झाला व त्याने तिला या सर्व गोष्टी दिल्या.

ऋग्वेदातील या सूक्ताच्या आधारे शात्यायन ब्राह्मणात ही कथा दिली आहे व सांगितले आहे अत्रींचे नाव तर सर्वदूर झालेले होतेच. त्यांची शेती छान पिकली. अपालाचे कुष्ट बरे झाले व तिला इंद्राने जननक्षम बनवले. त्या ब्राह्मणात सांगितले आहे, की या सूक्तामुळे - इंद्र प्रसन्न झाल्यामुळे अत्रींचे टक्कल गेले व मस्तकावर केस आले.

अशी ही अपाला आपल्याला ऋग्वेदात भेटते.

⌘

विश्ववारा

विश्ववारा आत्रेयीच्या नावावर ऋग्वेदाच्या पाचव्या मंडलात २८ वे सूक्त आहे. अत्रिऋषींची ती कन्या असावी किंवा ही अत्रींच्या कुळात जन्मलेली असावी, असे 'आत्रेयी'वरून दिसते. हिच्या सूक्तात अग्नीची स्तुती केलेली आहे.

पहिल्याच मंत्रात ती म्हणते, ''उषःकाली योग्य प्रकारे प्रज्ज्वलित झालेल्या अग्नीच्या ज्वाला विशाल भासतात. त्या आकाशाला स्पर्श करू पाहतात. या वेळी देवांची स्तोत्रांनी पूजा करून हवी व तूप यांनी भरलेल्या यज्ञपळ्यांनी, पूर्वाभिमुख होऊन विश्ववारा आत्रेयी अग्नीला आहुत्या देत असते.''

यावरून वैदिक काळात स्त्रियांना यज्ञ करण्याचा अधिकार होता; त्यांना स्त्री म्हणून कुठेच मज्जाव नव्हता, असे दिसते.

अग्नी प्रज्ज्वलित होऊन अमृतत्व देतो. कल्याण व सुख-समाधान देतो. त्याच्या कृपेने मानव धनधान्यसंपन्न होतो. ''तू शत्रूंचा नाश करून आम्हाला सौभाग्य दे. आमचे दांपत्यसंबंध दृढ व नियंत्रित कर.'' त्याच्या तेजाची प्रशंसा केली आहे आणि म्हटले आहे– ''आमच्या अहिंसक यज्ञात योग्यप्रकारे प्रज्ज्वलित हो.''

यावरून सगळ्याच यज्ञात पशुहत्या होत होती असे नाही, असे दिसते. ती पुढे म्हणते, ''हे ऋत्विजांनो, तुम्ही आमचा अहिंसक यज्ञ सुरू झाल्यावर देवाकडे हव्य वाहून नेणाऱ्या हव्यवाहक अग्नीला प्रथम हव्याहुती प्रदान करा.

त्याची सेवा करा व त्याचा आदरसत्कार करा.''

बायका शिकल्या की; घराकडे दुर्लक्ष करतील, संसारात रमणार नाहीत, वगैरे गैरसमज त्या काळी नव्हते, असे दिसते. हिच्या व अन्य ऋषिकांच्याही सूक्तांतून दांपत्य जीवन सुखी असावे, पुत्र-पौत्रांनी संपन्न असावे– अशाच प्रार्थना दिसून येतात. दांपत्य जीवन त्या काळी गौरवास्पद मानले जात होते आणि अध्ययन, अध्यात्म व दांपत्य जीवन सर्व सुखाने एकत्र नांदत होते, असे त्या काळाच्या समाजाचे निरोगी चित्र डोळ्यांपुढे येते.

लोपामुद्रा

लोपामुद्रा ही विदर्भाची राजकन्या. तिचा विवाह मैत्रावरूणींच्या पुत्रांशी अगस्तींशी झाला. त्याकाळी असे विवाह होत असत. इक्ष्वाकु वंशातील राजकन्या रेणुकाचा विवाह जमदग्नींशी झाला होता. अहल्या तर ब्रह्मदेवाची लाडकी कन्या. तिचा विवाह गौतम ऋषींशी झाला होता. या मुली आपले राजवैभव, सुखसोयी, दागदागिने, दासी वगैरे सर्व विसरून आश्रमजीवनाशी समरस होत होत्या. तिथल्या काबाडकष्टांना हसतमुखाने उचलत होत्या.

लोपामुद्रा ही अगस्तींसारख्या वादळाशी जुळवून घेऊन आनंदाने राहत होती. आर्यावर्त सोडून अगस्ती विंध्य ओलांडून जंगले तुडवत खाली उतरले होते. राक्षसांशी, विपरीत परिस्थितींशी ती झुंजत होती. समुद्रातील चाच्यांचा बंदोबस्त करणाऱ्या अगस्तींचे जीवन रोजच धोक्यात असे. या सर्व परिस्थितीला ही धैर्याने तोंड देत होती.

अशा स्थितीत पदरी एखादे पोर असते तर तिच्या जीवनात तो मोठा विरंगुळा ठरला असता. तिच्या जीवनाला पुत्रामुळे सुखाची झुळूक मिळाली असती. आता ती प्रौढावस्थेकडे झुकली. तारुण्याचे तेज, रंग उरले नाही. शेवटी तिने पतीला गृहस्थ जीवनातील या कर्तव्यांची जाणीव करून दिली.

ऋग्वेदातील प्रथम मंडलातील १७९ वे सूक्त त्याच संबंधात आहे असे दिसते. त्या सूक्तातील प्रथम दोन मंत्र अगस्त्यांचे आहेत व शेवटचे दोन मंत्र अगस्त शिष्या रतीचे आहेत. (ऋग्वेदाचा मराठी शास्त्रीय अनुवाद डॉ. भीमराव

सदाशिव कुलकर्णी, पृष्ठ ६३८)

पहिल्या दोन मंत्रांचा अर्थ असा, ''फार पूर्वीपासून अनेक वर्षं दररोज मी उषःकाली उठत होते व कामाला लागत होते. मी आता वृद्ध झाल्यामुळे अत्यंत थकून गेले आहे. मला येत असलेले वृद्धत्व माझ्या देहाचे तारुण्य, शोभा, कांती व तेज नाहीसे करत आहे. संतती प्राप्तीसाठी केवळ तरूण, वीर्यवान व समर्थ पतिपत्नींनी एकत्र यावे.

प्राचीनकाळी जे सत्यभाषणी ऋषी होते. तेही देवांशी सत्यच बोलत असत. म्हातारपणीही ते वीर्यसिंचन करत असत. तेही ब्रह्मचर्याचे पालन करू शकले नाहीत. (वा त्यांनी केले नाही) त्यांच्या पत्नीही आपल्या म्हाताऱ्या पण तरीही वीर्यसिंचन करू शकणाऱ्या पतीशी मीलनार्थ एकत्र येत असत. तथापि सुदृढ संततीसाठी केवळ तरूण, वीर्यवान व समर्थ पति-पत्नींनीच एकत्र यावे.

पत्नीने या कर्तव्याचे स्मरण करून दिल्यानंतर पतीनेही सहकार्य केले. तिसऱ्या मंत्रात अगस्ती म्हणतात, ''आमचे परिश्रम व्यर्थ जाणार नाहीत, कारण देव आमचे पाठीराखे आहेत.'' पुढे त्यांना दृढास्यू नावाचा पुत्र झाला. त्याला इध्मवाहही म्हणत असत.

सूक्तातील पुढील ऋचांवरून त्यांनी पुत्रांसाठी शेती केली व जीवन समृद्ध केले. शेवटच्या मंत्रात म्हटले आहे, अगस्ती ऋषीने कुदळ, फावडे इत्यादी खोदकामांच्या अवजारांनी जमीन खोदली. त्यावेळी त्यांना उत्तम संतती व उत्तम वीर्य प्राप्त झाले. त्या उग्र ऋषीने ब्राह्मण व क्षत्रिय अशा दोन्ही वर्णात संतती उत्पन्न करून दोन्ही वंश समृद्ध केले व देवसमुदायात उत्तम आशिर्वाद व दिगंत कीर्ती प्राप्त केली.

असे वाटते, की याचा अर्थ त्यांनी ब्रह्मकार्य करणारे व क्षत्रीय कार्य करणारे पुत्र निर्माण केले, असा त्याचा अर्थ असावा. या संबंधी अनेक दंतकथा आहेत. लोपामुद्रा म्हणाली, की आपला पुत्र वैभवात जन्मावा म्हणून त्यांनी इल्वलावर आक्रमण करून खूप धन लुटून आणले. कुणी म्हणतात, त्यांनी पत्नीसाठी तीन मजली, सुवर्णरत्नमंडित विमान तयार केले व त्या विमानात ते बरेच दिवस संचार करत होते. पुत्रप्राप्ती विमानातच झाली.

काहीही असो एक संयमी, कष्ट उपसणाऱ्या, शांत जिवाला शेवटी सुखाचे दिवसही अनुभवता आले.

स्त्री-पुरुष संबंध लपवण्याची गोष्ट मानली जात नव्हती. ती एक स्वाभाविक व समाजास आवश्यक गोष्ट असल्यामुळे त्या संबंधांबद्दल अनेक ठिकाणी मोकळेपणाने चर्चा ऋग्वेदातून वा उपनिषदातून आढळते. वृहदारण्यकात तर पति-पत्नी संबंध वाजपेय यज्ञाप्रमाणे मानला आहे व प्रत्येक टप्प्यावरील मंत्रांची त्यात विस्तृत चर्चा झालेली आहे. समाज हा स्वस्थ, प्रगल्भ व मोकळा असल्याचे यावरून दिसून येते. हे विशेष.

⌘

सिकता-निनावरी

या ऋषिकेबद्दल काहीही माहिती उपलब्ध नाही. सिद्धेश्वर शास्त्री चित्रावांच्या प्राचीन कोशात हिचा उल्लेख आहे. हिच्या नावावर असलेल्या सूक्ताचाही उल्लेख आहे; पण ही कोण, कुठली, कुणाची कन्या वगैरे काहीही माहिती त्यात नाही.

हिच्या नावावर ऋग्वेदातील नवव्या मंडलातील ८६व्या सूत्रात ११ ते २० मंत्र व २१ ते ३० मंत्रात सहभाग दिसून येतो. हे सूक्त सोमाला वाहिलेले आहे. सोम ही एक वल्ली होती व हिमालयात ती विपुल प्रमाणात प्राप्त होत होती. कदाचित सोमवल्लींची शेतीही होत असावी. हा सोमरस शक्तिदायक, स्फूर्तिदायक होता. त्याचे पाणी, दूध, पीठ वगैरे वगैरे घालून मिश्रित रस देवांना व मानवांना अतिशय प्रिय होता. माझ्या गुरूंनी सोमयागासाठी कऱ्हाडजवळील डोंगरातून सोमवल्ली मिळवली होती, असे ते सांगत असत. म्हणजे अजूनही कुठे कुठे ती प्राप्त असावी.

सिकता निनावरीच्या मंत्रातून या सोमरसाची स्तुती आहे. ''सामर्थ्यशाली, चंचल व गतिशील सोम (रस) आवाज करत कलशात ओतला जात आहे. सोम हा द्यूलोकाचा स्वामी म्हणजे हिमालयीन शेतीपीक. या कलशात ओतल्या जाणाऱ्या रसाकडे सर्वजण आतुर होऊन आदराने पाहत आहेत.

सोमरस काढण्यासाठी पाटा-वरवंट्यासारखे दगड असत. काढल्यावर तो लोकरीच्या गाळणीतून गाळून घेतला जाई. त्यात प्रथम पाणी मिसळत.

त्यावेळी मंत्रपठण केले जाई. नंतर आवश्यकतेनुसार त्यात दूध मिसळत असत. त्यावेळी रसात त्याचे गुणधर्म प्रकट होऊ लागत, असे ती सांगते. (मंत्र १२) अन्न व सामर्थ्यप्राप्तीसाठी केलेल्या संग्रामात सोमरस अवश्य उपस्थित असतो. म्हणजे सोमरस पिऊन योद्धे युद्धावर जात. स्वतःच जंतुनाशक असलेला हा रस ऋत्विजांद्वारा अधिक तेजस्वी, धारदार व शक्तिशाली जंतुनाशक बनविला जातो. या रसात उष्मांकांचीही (calories) वाढ होते.

भूलोकाला स्पर्श करून तेजाचे कवच धारण करणारा (सूर्याच्या किरणांनी तेजयुक्त बनलेला) पूजनीय, अंतरिक्षाला भरून टाकणारा, उदकाने मिश्रित होऊन स्वर्गसुख निर्माण करणारा असा हा सोमरस यज्ञस्थळी येत आहे. याचा पालनकर्ता यजमान हा रस अर्पण करून इंद्राची सेवा करत आहे. बलाढ्य व पराक्रमी इंद्राला हा सोमरस अत्यंत प्रिय आहे. हा सोम इंद्राच्या (आणि तसे पाहिले तर पिणाऱ्या कुणालाही) पोटात गेल्यावर भरपूर सुख व उत्साह निर्माण करतो. पण त्याचे खरे कार्य द्युलोकी म्हणजे मन शुद्धीवर होत असते. हा पिऊन गेल्यानंतर प्रत्येक ठिकाणी इंद्राला (वा कुणाही मानवाला) यशच मिळते, विजयच मिळतो.

हे सोमा, आनंद प्राप्त करण्याची इच्छा करणारे स्तोत्र. जन व यज्ञकर्ते यज्ञगृहात तुझ्यामुळे उत्तर प्रज्ञा प्राप्त करतात व तुझी मननीय व प्रशंसनीय स्तोत्रांनी पूजा करतात, उपासना करतात. तू पौष्टिक अन्नस्वरूपच आहेस. तो इंद्र व मरूत यांच्यात सामंजस्य निर्माण करतो.

अशाप्रकारे तिने सोमाची स्तुती केलेली आहे. हे एक उत्साहवर्धक, बुद्धिवर्धक, पोषक द्रव्य होते, असे एकंदर दिसते.

डॉ. कुलकर्णी तर म्हणतात, की त्याकाळी स्त्रिया ही सोमयाग करत असत. सोमयाग करणे मोठे कष्टाचे व सहनशीलतेचे काम आहे, असे म्हटले जाते. समाजातील स्त्रियांच्या स्थानांवर, त्यांच्या ज्ञानप्राप्तीवर अशी सूक्ते प्रकाश टाकतात हे मात्र निश्चित.

⌘

अदिति

अदिति एक वेदकालीन आदरणीय स्त्री आहे. तिचे उल्लेख ऋग्वेदात, महाभारतात, श्रीमद् भागवतात येतात. मातृत्वाची प्रतिमा म्हणून हिच्याकडे पाहिले जाते. कश्यपांच्या अनेक पत्नींपैकी ही एक. या साऱ्याच जणी दक्षाच्या कन्या. दितीपासून दैत्य झाले तर अदितिपासून देव झाले, असे म्हटले जाते.

दहाव्या मंडलातील ७२वे सूक्त हिच्या नावावर आहे, असे श्री सिद्धेश्वर शास्त्री चित्रावांच्या प्राचीन चरित्र कोशात (पृ.१८) सांगितले आहे. ही प्राचेतसदक्ष व असिवनीची कन्या व कश्यपांची पत्नी. प्रत्यक्ष ऋग्वेदामध्ये पाहिले असता हे सूक्त लौक्यो बृहस्पती, बृहस्पती अंगिरस व दाक्षायणी अदिति या तिघांच्या नावावर आहे. रूबतव्रष्ट्या ऋषिकांमध्ये हिचे नाव घेतले जाते.

त्यामध्ये ही देवांना जय देणारी आहे. हिने व बृहस्पतीने लोहाराने घण घालून वस्तू घडवावी तसे देवांना घडवले आहे, असे म्हटले आहे. त्यावरून मुलांना वाढवण्याच्या बाबतीत ती खूप जागृत होती असे दिसते.

या सूक्तामध्ये सृष्टिरचनेबद्दलचे वर्णन आहे. देवांच्या जन्मापूर्वी केवळ असत् म्हणजे अव्यक्तच होते. त्यापासून सत् निर्माण झाले. म्हणजे अव्यक्त ब्रह्मामधून व्यक्त जग निर्माण झाले. त्यानंतर दिशा उत्पन्न झाल्या व त्यानंतरच वृक्षवेली, जीव, जंतु व शेवटी सजीव प्राणी जन्माला आले. आजचे विज्ञानही मानते, की सूर्यावर दिशा, भ्रमणामुळे जल मग वनस्पती वगैरे क्रमाने दृश्य जग अस्तित्वात आले.

पृथ्वीपासून चराचर सृष्टी उत्पन्न झाली. अंतराळात सूर्य व पृथ्वी यांच्या परिभ्रमणामुळे दिशा निर्माण झाल्या. अदितीपासून दक्ष प्रजापती निर्माण झाला व त्यानंतर मनू व पुढे मानव आले.

हे प्रजापते, प्रथम जन्मी ती तुझी कन्या होती. तिने पुन्हा जन्म घेऊन देवांना जन्माला घातले. ज्यावेळी या देवदेवता नक्षत्र तारकांच्या रूपाने अंतराळात उत्तम रीतीने स्थिर झाल्या व परस्परांपासून गुरुत्वाकर्षणामुळे योग्य अंतर राखून ब्रह्मांडाभोवती फिरू-नाचू लागल्या तेव्हा त्यांच्यातील कठीण अंश (तीव्र= रेणु=) आदित्य या नावाने वेगळा झाला.

हे देवांनो, तुम्हीच सर्व जणांनी सारे जगत व्यापून टाकले आहे.

अदितीच्या शरीरापासून मित्र, वरूण, अर्यमा, धाता, अंश, भग, विवस्वान व आदित्य हे आठ पुत्र निर्माण झाले. यापैकी पहिले सात पुत्र देवांबरोबर नक्षत्रमंडलात राहिले; पण आदित्यला वेगळे करून आकाशात सोडून दिले. (मार्कंडेय पुराणात असे म्हटले आहे, की आदित्य नाठाळ असल्यामुळे अदिती माता त्याला दंडाने मारीत असे म्हणून त्याचे नाव 'मार्तंड' झाले.) हेच पुढे अष्टवसू म्हणून प्रसिद्धीस आले.

सजीवांच्या जन्म-मरणाच्या कालचक्रासाठीच अदितीने आदित्याला आकाशात स्थापित केले आहे.

आपल्या ऋषीमुनींना विज्ञान माहीत नव्हते, असे म्हणणाऱ्यांनी वेदांतील असे उल्लेख पाहिले नसतील.

ऋग्वेदाच्या दहाव्या मंडलातील सूक्त ८५ सूर्याने लिहिलेले आहे. हे सूक्त ४७ मंत्रांचे आहे. त्यात प्रथम मंत्रातच देवदेवतांमधील प्रमुख अशा सत्यस्वरूप ब्रह्माने पृथ्वीला आकर्षणाने स्थिर केलेले आहे. असा उल्लेख आहे. यावरून चित्राव शास्त्रींचा हवाला देऊन अर्थ लिहीणाऱ्या डॉ. भीमराव कुलकर्णींनी त्याकाळी ग्रह तारे एकमेकांच्या गुरुत्वाकर्षणामुळे अवकाशात स्थिर होते, हे तत्त्व प्राचीन ऋषी जाणत होते, असे म्हटले आहे. वर उल्लेखिलेल्या सूक्तातही असेच दिसते.

ऋग्वेदातील ८ व्या मंडलामध्ये २५ व्या सूक्ताच्या दुसऱ्या मंत्रात म्हटले आहे,'' मित्र व वरुण हे दोघे देव सत्कार्यकर्ते, विशाल बुद्धीचे, सदैव भ्रमण करणारे, प्राचीन काळापासून उच्च कुलोत्पन्न, अदिती मातेचे सुपुत्र व नियमानुसार आचरण करणारे व्रती आहेत.'' अदितीने हे सुपुत्र घडवले असे दिसते आहे.

ऋग्वेदात अन्यत्रही अदितीचा उल्लेख आलेला आहे, असे श्री चित्रावशीस्त्री सांगतात.

ते ऋग्वेदातील सहाव्या मंडलातील ७२ व्या सूक्ताचाच आधार घेऊन सांगतात, की तिला आठवा पुत्र नको होता म्हणून तिने तो गर्भच फोडून टाकला. परंतु आदित्याने सृष्टिसातत्यात भाग घेण्याचे नाकारल्यामुळे तिला ते मृत गर्भांड पुन्हा जिवंत करून पोसावे लागले. जनन आणि मरण यांचे चक्र निरंतर फिरत राहण्यासाठी त्या मृत गर्भांडाचे पुन्हा अभिमरण केले : यासाठी ते पुन्हा ऋग्वेदातील दहाव्या मंडलातील ७२ व्या ऋचेचाच उल्लेख करतात. "प्रजायै मृत्यवे त्वत् पुनः मार्ताण्डम् आभरत्।" ही त्यातील ९व्या मंत्रातील दुसरी ओळ उद्‌धृत करतात.

श्री चित्राव शास्त्री अदिती माता आठव्या पुत्राला मारते, असे मोघम म्हटले आहे.

महाभारतात तिने मैनाक पर्वतावर 'विनशन' नामक तीर्थावर चरू शिजवला होता. व पुत्रप्राप्त्यर्थ एका पायावर उभे राहून तप केले होते. त्यामुळे विष्णू तिचा पुत्र झाला. श्रीमद भागवतातही दुसऱ्या व सातव्या स्कंधात वामनरूपाने श्रीविष्णूंनी अदितीच्या पोटी जन्म घेतल्याचा उल्लेख आहे. आठव्या स्कंधात वामन अवताराची कथा विस्ताराने आलेली आहे. तिथे कश्यपांनी तिला पयोव्रत करावयास सांगितले. फलस्वरूप वामनाच्या रूपाने श्रीविष्णूंनी तिच्या पोटी जन्म घेतला. स्वर्गावर विजय मिळवून बळीराजाने देवांना त्रस्त केले होते. त्यांना पुन्हा स्वर्गात प्रस्थापित करण्यासाठी भगवान विष्णूंनी हा अवतार घेतला व तीन पावलांचे दान मागून बळीला पाताळात ढकलले व स्वतः त्याचे द्वारपाल झाले. ही कथा सर्वश्रुतच आहे. असे श्री. महादेवशास्त्री आपल्या संस्कृतिकोशात सांगतात.

भूमिपुत्र नरकासुराने हिची कुंडले पळवली होती. तो प्राग्ज्योतिष नगरात राहत होता. पुढे कृष्णाने त्याला जिंकून तिची कुंडले तिला परत केली. हिला राजमाता, वीरपुत्रा म्हटले जाई.

थोडक्यात तिच्या मातृरूपाची सर्वत्र प्रशंसा केलेली दिसून येते. त्यामुळे ही धरणीमातेची प्रतीक आहे, असे ही काहीजण म्हणतात.

अशी ही देवमाता अदिती!

⌘

गार्गी

गार्गी ही वचक्नु ऋषींची कन्या, म्हणून तिला *वाचक्नवी* किंवा *गार्गी वाचक्नवी*ही म्हणतात. ही ब्रह्मवादिनी होती. परमहंसाप्रमाणे ही राहत असे. गर्ग कुलातील असल्यामुळे गार्गी हे नाव मिळाले.

विदेह जनकाच्या यज्ञप्रसंगी याज्ञवल्क्यांशी हिचा जो संवाद झाला; त्यावरून तिची श्रेष्ठता, हृदयाची विशालता ध्यानी येते. हा प्रसंग बृहदारण्यक उपनिषदात आलेला आहे.

बृहदारण्यकाच्या तृतीय अध्यायात हा प्रसंग आहे. विदेह देशात राहणाऱ्या राजा जनकाने एकदा एक मोठा यज्ञ केला. कुरू, पांचाल वगैरे देशांचे ब्राह्मण तिथे बोलावले गेले होते. राजा जनक हा मोठा तत्त्वज्ञानी होता. काही विद्वत्चर्चा व्हावी, तशी त्याची इच्छा होती; म्हणून त्याने एक हजार धष्टपुष्ट गाई मागवल्या. त्यांच्या शिंगांना दहा-दहा पाद सुवर्णमुद्रा बांधल्या व सांगितले, 'जमलेल्या ब्राह्मणांत जो ब्रह्मनिष्ठ असेल, त्याने या गाई घेऊन जाव्यात.'

जमलेले ब्राह्मण श्रोत्रिय होते. गुरुकुले चालवणारे, विद्वान होते; पण असे म्हणायची कुणाचीही छाती झाली नाही की, 'मी ब्रह्मनिष्ठ आहे, मला या गाई द्याव्यात.' ते बघून याज्ञवल्क्य उभे राहिले व त्यांनी आपल्या शिष्याला बोलावून सांगितले, "हे सोम्य सामश्रवा, या गाई आपल्या आश्रमाकडे घेऊन जा."

हे ऐकल्यावर मात्र ब्राह्मणांत चुळबूळ सुरू झाली. जनकाच्या यज्ञातील होता अश्वल उठला. त्याने याज्ञवल्क्यांची परीक्षा घेण्यासाठी प्रश्न विचारले.

याज्ञवल्क्यांनी त्या प्रश्नांची यथायोग्य उत्तरे दिली. त्यानंतर एकेक जण उठून प्रश्न विचारू लागला. *'आर्तभाग', 'भुज्यू', 'चाक्रायण उषस्त', 'कहोल'* आदी विद्वानांना याज्ञवल्क्यांनी समर्पक उत्तरे दिली. आता यानंतर सर्वांत श्रेष्ठ विचारक म्हणून मान्यता पावलेली *गार्गी* उठली.

गार्गीचा अधिकार सर्व विद्वान जाणून होते. त्यामुळे आता याज्ञवल्क्यांचा टिकाव लागणार नाही, असे सर्वांना वाटत होते. त्या काळी स्त्रियांना हा अधिकार होता. ज्यांना अध्ययन-अध्यापन हेच करावयाचे आहे, अशा स्त्रियांना ब्रह्मवादिनी स्त्रिया म्हणत. या ज्ञानपिपासू असत. अविवाहित राहून जन्मभर वेदाभ्यास करीत. त्या यज्ञकर्मे करीत. अग्नीची सेवा करीत. स्वगृहीच भिक्षा मागून उदरनिर्वाह करत आणि तपश्चर्या करत. सारांश– खऱ्या विरक्त राहून त्या आत्मज्ञानाची साधना करत. उपनिषदांच्या व त्यानंतरच्या प्राचीन भारतामध्ये ब्रह्मवादिनी स्त्रियांची संख्या काही थोडी नव्हती. असे *प्रा. के. वि. बेलसरे* सांगतात.

गार्गी मोठी बुद्धिमान होती. यज्ञसभेतील चर्चेत ती भाग घेत होती. ''माझ्या सूक्ष्म प्रश्नांनाही ज्या याज्ञवल्क्यांनी यथोचित उत्तरे दिली आहेत, त्यांना आता अजून कुणी प्रश्न विचारण्याची आवश्यकता नाही.'' असे म्हणण्याइतपत तिचा अधिकार मोठा होता. तो विद्वज्जनांना मान्य होता. याज्ञवल्क्यांचे श्रेष्ठत्व सर्वांसमोर जाहीर करण्याइतका नम्रपणाही तिच्यात होता.

या गार्गीची अन्य काही माहिती उपलब्ध नाही. ती कुठली राहणारी, तिचे गुरू कोण, तिचे गुरुकुल होते का– वगैरे सर्व प्रश्न अनुत्तरितच राहतात.

गार्गी व याज्ञवल्क्य यांच्यात जो संवाद झाला, तो समजण्यासाठी काही गोष्टी आधी पाहाव्या लागतील. मानवी शरीरात पंचमहाभूतांचा जड देह आहे; त्याप्रमाणेच चैतन्यस्वरूप व सूक्ष्म असा शुद्ध जाणीवरूप, ज्ञस्वरूप आत्मा आहे. हे सर्व विश्व त्या ज्ञस्वरूप चैतन्यातून निर्माण झाले. जे व्यापक व सूक्ष्म असते, त्याला सामान्य म्हणतात. त्यातून जे जड निर्माण होते, ते सीमित असते; विशेष असते. एका सामान्यातून अनेक विशेष निर्माण होतात. या सामान्यांतही स्तर आहेत. वरच्या पायरीवरील सामान्य अधिक व्यापक, अधिक सूक्ष्म आणि अधिक शक्तिसंपन्न असते. खालच्या सामान्यांना ते आपल्या पोटात घेते. सर्वांत वरच्या पायरीवरील सामान्य हे महासामान्य आहे. हे महासामान्य विश्वाचे आदिकारण आहे. त्यालाच 'ब्रह्म' हे नाव दिले गेले.

आपले विश्व हे अपरिमित विशेषांनी भरलेले आहे. त्या विशेषांत अगणित सचेतन प्राणी व अचेतन वस्तू भरलेल्या आहेत. या साऱ्या विशेषांना एकपणाने व्यापून असणारे जे जड द्रव्य आहे, त्यास 'भूलोक' म्हणतात. वरच्या स्तरावरचे सामान्य म्हणजे 'ब्रह्मलोक'. भूलोक आणि ब्रह्मलोक यांच्यामध्ये जड द्रव्याच्या अधिकाधिक सूक्ष्म होत जाणाऱ्या चढत्या पायऱ्या आहेत. त्या पायऱ्यांना 'लोक' म्हणतात.

गार्गीचा जो प्रश्न आहे, तो वास्तविक असा आहे की– भूलोक आणि ब्रह्मलोक यामध्ये कोणकोणते लोक आहेत? गार्गी म्हणते, "(सामान्यांतून विशेष जन्म पावतात, त्याच्या आधारावरच जगतात व शेवटी त्याच्यातच विलीन पावतात.) जगातील सर्व वस्तूंना अशा रीतीने पोटात घेणारे पाणी हे मोठे सामान्य आहे; पण त्या पाण्याला पोटात घेणारे, पाण्यापेक्षा व्यापक व सूक्ष्म असणारे असे सामान्य कोणते?" प्रत्यक्ष प्रश्न असा आहे, "हे जे काही आहे, ते सर्व जलात ओतप्रोत आहे. हे जल कशात ओतप्रोत आहे?" ओतप्रोत म्हणजे संपूर्णपणे व्यापणारे. पाण्यातूनच सर्व निर्माण झाले, म्हणजे पाणी हे सामान्य व विश्व हे विशेष.

गार्गी एक-एक सामान्य विचारत गेली आणि याज्ञवल्क्य उत्तरे देत गेले. भूलोकापासून ब्रह्मलोकापर्यंत त्यांनी अकरा पायऱ्या– म्हणजे अकरा लोक सांगितले आहेत. पाणी हा आपलोक झाला. त्याहून वायू अधिक व्यापक व सूक्ष्म. वायूतूनच पाण्याची उत्पत्ती झाली. तो वायुलोक. त्याहून त्या वायूला आपल्यात सामावून घेणारे अंतरिक्ष हे अधिक व्यापक व अधिक सूक्ष्म. तो झाला अंतरिक्षलोक. त्याहून व्यापक व सूक्ष्म गंधर्वलोक, त्याहून आदित्यलोक, त्याहून चंद्रलोक, त्याहून नक्षत्रलोक, त्याहून देवलोक, त्याहून इंद्रलोक, त्याहून प्रजापतिलोक आणि त्याहूनही व्यापक व सूक्ष्म आहे ब्रह्मलोक.

तैत्तिरीयमध्ये ब्रह्मानंदाची तुलना करताना अशाच प्रकारे एकाहून एक श्रेष्ठ श्रेणींची चर्चा आलेली आहे.

ही सारी चर्चाच अतींद्रिय, सूक्ष्म लोकांची आहे. मूळ सत् आहे. मग तिथून ते तत्त्व खाली उतरत जाते. जेवढे खाली उतरते, तेवढे जाणीवतत्त्व कमी-कमी होत जाते. शेवटची पायरी जड व नेणिवेची येते. श्री अरविंदांनी पुढे हेच तत्त्वज्ञान मांडले आहे. फक्त त्यापुढे जाऊन ते म्हणतात की– ही शक्ती पुन्हा वरवर चढू लागते. तिचा वेग मंद आहे, इतकेच. माणसाचे स्थान जड द्रव्यात

सर्वांत वरचे आहे, कारण त्याच्यामध्ये कुशाग्र बुद्धी आहे. जाणीवतत्त्व इतरांपेक्षा अधिक प्रकट झालेले आहे. त्यामुळे माणूस देहाने जडात असला, तरी बुद्धीने तो सूक्ष्मात जाऊ शकतो. आकाराची स्थूलता वर-वर जाऊ लागल्यावर कमी-कमी होत जाते. ब्रह्मलोकात जाणीव व शक्ती एकरूपच असतात. इथला 'मी' सर्व विश्वाला व्यापून उरतो. इथे अज्ञान गळून पडलेले असते.

गार्गी जेव्हा ब्रह्मलोकाच्याही वरचे प्रश्न विचारू लागली, तेव्हा याज्ञवल्क्यांनी तिला थांबवले. ''गार्गी, अतिप्रश्न करू नकोस.'' त्या वेळी गार्गी सावध झाली आणि तिने प्रश्न विचारणे थांबवले. पण मग उद्दालक आरुणी पुढे सरसावला आणि या सर्व लोकांना एकत्र बांधणाऱ्या सूत्राबद्दल, अंतर्यामीबद्दल त्याने विचारले. याज्ञवल्क्यांनी त्याचेही उत्तर दिले. ते सूत्र वायू आहे व सर्वांच्या आत राहून सर्वांचे नियमन करणारा तो अंतर्यामी आहे. तोच सर्व इंद्रियांना, अवयवांना शक्ती पुरवत असतो.

पुन्हा गार्गी उठली आणि तिने दोन प्रश्न विचारण्याची अनुमती मागितली. दोन वेळा फक्त गार्गीनेच प्रश्न विचारले आहेत. याज्ञवल्क्यांनी ती अनुमती दिली. हे दोन प्रश्न दोन तीक्ष्ण बाणांसारखे आहेत. तिने सर्वांना सामावून घेणारे तत्त्व विचारले. तेव्हा याज्ञवल्क्यांनी 'त्या तत्त्वाला अक्षर म्हणतात' असे सांगितले. हे तत्त्व आकाशाहूनही सूक्ष्म आहे. हेच सर्वांना धारण करणारे आहे, सर्वांना शक्ती पुरवणारे आहे.

अशा रीतीने ब्रह्मापर्यंत याज्ञवल्क्य पोचलेले आहेत, हे कळल्यावर गार्गींनी सर्वांना सांगितले की– याज्ञवल्क्य खरोखरीच ब्रह्मविद् आहेत. यांच्याशी आता कुणी वाद घालू नका.

शाकल्याने तिचे न ऐकता प्रश्न विचारले अन् बिचाऱ्याचे मस्तक तुटून खाली पडले.

गार्गी स्वतः ब्रह्मविद् होती, हेच यावरून दिसून येते. एक ब्रह्मविद्च दुसरा ब्रह्मविद् असल्याचे समजू शकतो.

अशा या श्रेष्ठ गार्गीबद्दल आपल्याला अधिक माहिती मिळत नाही, ही खरोखरच दुःखद गोष्ट आहे.

⌘

मैत्रेयी

उपनिषदकाळात गार्गीबरोबर *मैत्रेयी*चे नाव घेतले जाते. ही जनकाच्या मित्र नावाच्या प्रधानाची मुलगी होती. वाचक्नवी गार्गी ही हिची मावशी. जनकाकडे येणाऱ्या विद्वानांची चर्चा ही मैत्रेयी आवडीने ऐके. गार्गीमुळेही तिला दर्शनाम ध्ये गोडी लागली होती. जनकाच्या यज्ञात याज्ञवल्क्यांचे प्रकट झालेले तेज, त्यांची बुद्धी, त्यांचे ज्ञान याने ती भारावून गेली. त्यांच्या सहवासात राहून आत्मज्ञान करून घ्यावे, असे तिला फार वाटू लागले. ती त्यांच्या घरी वारंवार जाऊ लागली. तिने याज्ञवल्क्यांच्या पत्नीशी– कात्यायनीशी आदरपूर्ण मैत्री स्थापित केली आणि इथे याच घरी येऊन राहण्याची इच्छाही तिला सांगितली. कात्यायनीने मोठ्या आग्रहाने तिचा याज्ञवल्क्यांशी विवाह लावून दिला. तिला याज्ञवल्क्यांच्या ज्ञानाची आस होती. त्यामुळे गृहस्थाश्रम स्वीकारूनही ती विरक्तच होती. कात्यायनी गृहकृत्यदक्ष व गुरुकुलाची काळजी समर्थपणे घेणारी होती. यावर संस्कृतमध्ये एक नाटकही लिहिले गेले होते.

काही दिवसांनी याज्ञवल्क्यांनी संन्यास घेण्याचा निर्णय घेतला. तेव्हा त्यांनी आपली सर्व संपत्ती आपल्या दोघी पत्नींत वाटून देण्याची तयारी केली. दोघींच्या संमतीने जाण्याची त्यांची इच्छा होती. मैत्रेयीने विचारले, ''या धनाने मला अमर होण्याची विद्या मिळेल का?'' अर्थातच याज्ञवल्क्यांनी सांगितले, ''या धनानेच काय, पण सर्व पृथ्वीचे साम्राज्य मिळाले तरी ती विद्या मिळणार

नाही.'' मैत्रेयी म्हणाली, ''मग मी ही संपत्ती घेऊन काय करू? ही सर्व संपत्ती तुम्ही कात्यायनींनाच द्या; मला तुमचे आत्मज्ञान द्या.''

''सा ह उवाच, येन अहं अमृता न स्मां अहं तेन किं कुर्याम्?
यत् एव भगवान् वेद तत् एव मे ब्रूहि।''

हे ऐकून याज्ञवल्क्य अत्यंत प्रसन्न झाले व म्हणाले, ''ये, बैस. मी सांगतो, त्याचे चिंतन कर.''

''आत्मा वै अरे द्रष्टव्यः, श्रोतव्यः, मन्तव्यः, निदिध्यासितव्यः।
मैत्रेयी, आत्मनः दर्शनेन, श्रवणेन, मत्या, विज्ञानेन इदं सर्वं विदितम्''

या जगात केवळ आत्माच पाहण्यास योग्य, ऐकण्यास योग्य, मनन करण्यास योग्य व ज्याचा निदिध्यास घ्यावा असा आहे. या आत्म्याच्या दर्शनाने, श्रवणाने, मननाने, विज्ञानाने सर्व काही जाणता येते. सर्व काही उलगडते. मग ते तिला आत्म्याचे स्वरूप उलगडून दाखवतात. चित्स्वरूप, ज्ञस्वरूप, ते आत्मतत्त्व सर्वांत कसे भरून राहिले आहे; ते दृष्टान्त देऊन तिला समजावतात. पाण्यात मिठाचा खडा टाकला, तर तो पाण्यात विरघळून जातो; मग त्याला पाण्यातून बाहेर काढता येत नाही. तो पाण्यात दिसतही नाही, तरीही तो असतो. याचा प्रत्यय पाण्याची चव घेतल्यावर आपल्याला येतो. वरचे, खालचे, मधले– कुठलेही पाणी घेतले तरी ते खारटच लागते. त्याचप्रमाणे हे आत्मतत्त्व दिसत नाही, पण ते प्रत्येक कणात भरून राहिलेले आहे. ते आहे म्हणून आमचे अस्तित्व आहे, आमची हालचाल आहे. हे आत्मतत्त्व अनंत, अपार व विज्ञानघन– म्हणजेच जाणीवस्वरूप आहे. देह नष्ट झाले तरी त्यांतील हे तत्त्व नष्ट होत नाही.

अविद्या अवस्थेत द्वैत असते. प्रत्येकाचा देह वेगवेगळा दिसतो, पण आत्मतत्त्व एकच असते. ते ध्यानात आल्यावर भेद राहतच नाही. सर्व एक होऊन जाते.

ऋग्वेद, यजुर्वेद, अथर्ववेद, इतिहास, पुराणे, अनेक विद्या, उपनिषदे वगैरे सर्व या आत्मतत्त्वाचेच निःश्वास आहेत.

आत्म्याला जाणल्यावर सर्व जाणल्यासारखेच होते. आत्माच सर्वांत अधिक प्रिय आहे. त्याचाच साक्षात्कार करून घेणे, हे जीवनाचे ध्येय असले पाहिजे. ज्या अवस्थेत ज्ञाता हा ज्ञेयापासून आपल्याला वेगळा समजतो, त्या अवस्थेत ज्ञात्याला कर्तेपण व भोक्तेपण येते. कर्तेपण आले की; कर्म, क्रिया, फल, सुख, दुःख वगैरे सर्व आले. पण आत्मविद्या प्राप्त झाली की, ज्ञाता

व ज्ञेय दोन राहत नाहीत. आत्मस्वरूप ज्ञानच केवळ शिल्लक राहते. मग कर्तेपण, भोक्तेपणही मावळून जाते. या अवस्थेत फक्त प्रगाढ शांती, अवीट-अपरंपार आनंद व नित्य समाधानच केवळ असते. ही स्थिती प्राप्त करून घेतली पाहिजे.

त्यानंतर ते मैत्रेयीला मधुविद्या देतात. ही मधुविद्या सर्वांना मिळत नसते. इंद्राने ती कुणालाही सांगण्यावर बंदी घातली होती. अश्विनीकुमार एवढे देवांचे वैद्य, पण त्यांनाही ही विद्या मिळवावी लागली. ती विद्या मैत्रेयीला याज्ञवल्क्यांमुळे प्राप्त झाली.

मधू म्हणजे मध. तो गोड असतो. पुष्टिदायक असतो, औषधी असतो. सर्व फुलांचा तो सार असतो, अर्क असतो. पूर्वीच्या काळी मधाला खूप मान होता. म्हणून मधाला मधू मानले आहे. श्रेष्ठ, आनंदमय ब्रह्म म्हणजे मधू. त्रिसुपर्ण सूक्तातही या मधूच्या महानतेची स्तुती आहे. त्या विद्येची प्राप्ती व्हावी, प्रसार व्हावा, ही तळमळ आहे.

याज्ञवल्क्य म्हणतात, ही पृथ्वी सर्व भूतांची मधू आहे. सर्व भूते या पृथ्वीची मधू आहेत. या पृथ्वीत जो तेजोमय, अमृतमय पुरुष आहे आणि या भूतांच्या शरीरात जो तेजोमय, अमृतमय पुरुष आहे; तो म्हणजेच आत्मा. हाच आत्मा अमृत आहे, ब्रह्म आहे, सर्व काही आहे.

पृथ्वी सर्व भूतांना (पशू, पक्षी, मानव वगैरे) शरीर देते, धारण करते, पुष्टीसाठी अन्न देते. शेवटी माणूस तिच्यातच एकरूप होतो. पृथ्वीवर जर झाडे-झुडुपे, पशू-पक्षी, माणसे नसतील; तर पृथ्वी ओसाड-भकास होईल. दोन्ही परस्परावलंबी आहेत. उपनिषदांतील तत्त्वज्ञानाप्रमाणे सर्व चैतन्याने परिपूर्ण आहे. आपण ज्याला जड म्हणतो, त्यातही ब्रह्मतत्व आहेच. त्यातील 'सत्'चे अस्तित्त्व तर कुणालाच नाकारता येणार नाही. आपल्याला त्यातील चित्ची जाणीव होत नाही; पण आपण सर्व गोष्टी अणूंनी बनल्या आहेत, असे मानतो. प्रत्येक अणू हा असतो, म्हणजे त्यात सत् आहेच. त्या अणूत गती आहे, उर्जा आहे; म्हणजे आनंदतत्त्व क्रियाशील, गती बनून त्यात आहे. त्यात ज्ञत्व, जाणीव तत्त्व अहंकार बनून आहे. तो आपली गती आपण ठरवतो आणि अन्य कुठल्याही कणाला आपल्यात शिरू देत नाही. शिरलाच, तर त्याला आपल्यासारखे बनवतो. म्हणजे अणूत सत्, चित्, आनंद ही तीनही तत्त्वे असतात— असे आजचे विज्ञानही सांगते आहे.

जे ब्रह्मांडात आहे, तेच पिंडात आहे. आपल्याला दिसणाऱ्या विश्वात पृथ्वी मोठी आहे व मानव शरीर छोटे आहे; पण दोघांत एकच तत्त्व आहे आणि दोघेही परस्परपूरक व परस्परावलंबी आहेत.

हीच गोष्ट त्यांनी विविध गोष्टी घेऊन मैत्रेयीला समजावून सांगितली. आप अग्नी, वायू, आदित्य, दिक्, चंद्र, विद्युत्, मेघ, आकाश, सर्व समष्टीतही आहेत व व्यष्टींतही आहेत. हे जग परस्परसंबद्ध आहे. एकमेकांवर अवलंबून आहे.

मधुविद्येत पुढे धर्म, सत्य व माणुसकीचा विचार केला आहे. धर्म म्हणजे– सूर्याचा धर्म प्रकाश देणे, वायूचा धर्म वाहणे वगैरे. पूज्य वरदानंद म्हणतात, ''धर्म, सत्य व माणूसपण एकापुढे एक क्रमाने सांगण्यात विशेष औचित्य आहे. या तिन्ही गोष्टी परस्परांशी इतक्या निगडित आहेत की, त्यातील कोणतीही एक यथार्थपणे आहे असे मानावयाचे झाल्यास; त्यात उरलेल्या दोघांचा समावेश असलाच पाहिजे.''

विश्वाच्या हिताचा विचार करून शास्त्राने जसे आचरण सांगितले आहे, तसे आचरणे म्हणजे धर्माचरण. शास्त्र सत्याला म्हणजेच विश्वाच्या परमहिताला धरूनच असले पाहिजे. माणुसकी म्हणजे दया. 'दया तिचे नाव, भूतांचे पालण आणि निर्दालन कंटकांचे.' (तुकाराम महाराज). या सर्व उदात्त सद्गुणांचे अधिष्ठान शेवटी तो तेजोमय, अमृत असा आत्माच आहे. सर्वांत परमात्म्याची शक्ती पाहणे, त्याचे अस्तित्व पाहणे ही ब्रह्मउपासना आहे. आम्ही रोजचे जीवनच ब्रह्माची उपासना करु शकतो.

देह व इंद्रियांच्या या समुदायात जो आत्मा म्हणून आहे, तोच ब्रह्म आहे; ज्याप्रमाणे रथाच्या चाकाला आरे असतात. ते आरे मध्यापासून, बुंध्यातून, नाभीतून निघतात आणि धावेत, नेमीत विलीन होतात; तेव्हाच ते चाक चालू शकते. ब्रह्म हेच या विश्वचक्राची नाभी व नेमी आहे. मूळही तोच व शेवटही तोच. आतही तोच व बाहेरही तोच. आधीही तोच व नंतरही तोच. जीवात्मा, परमात्मा, विश्व, शरीर सर्व काही तोच आहे. ही भूते, हे देव, ही चतुर्दश भुवने सर्व काही तोच आहे. बीजही तोच व वृक्षही तोच आहे. हे जाणणे म्हणजे मधुविद्या जाणणे. मैत्रेयीने हे जाणले. म्हणजेच तीही ब्रह्मविद् झाली.

अशी ही ज्ञानपिपासू मैत्रेयी!

इतरा व जबाला

आतापर्यंत आपण सूक्तकर्त्या द्रष्ट्या ऋषिकांबद्दल जाणले. गार्गी मैत्रेयींसारख्या विदुषींबद्दल माहिती घेतली. इतरा व जबाला या दोघी ऋषिका नव्हत्या वा विदुषीही नव्हत्या. तरीही त्यांची माहिती समाजाला असावी म्हणून हा लेखन प्रपंच.

इतरा ही एका ब्राह्मणाची ठेवलेली बाई. जातपात माहीत नाही. पण घरात बऱ्यापैकी तिचा वावर असावा. एकदा तिचा मुलगा महिदास घरात चाललेला यज्ञसोहळा कौतुकाने पाहत होता. कुतुहलापोटी तो थेट बापाच्या मांडीवर जाऊन बसला. तेव्हा बापाने त्याला बाजूला केले व यज्ञकार्य चालू असताना मुलाला तिथे येऊ देऊ नकोस, असे मुलाच्या आईस बजावले.

हिरमुसलेला मुलगा रडत रडत आईकडे आला व आईला म्हणू लागला, ''अन्य मुले तिथे जात आहेत. मी गेलो तर बाबा का रागावले. मला पण हे सगळे शिकायचे आहे.''

आईला काय बोलावे कळेना. त्या लहान मुलाला विवाहित पत्नीचा मान व ठेवलेल्या बाईचं गौणत्व कसे समजावून द्यावयाचे? ती म्हणाली, ''आपण सर्व या धरणीमातेची लेकरं. तू तिला हे विचार.'' महिदासाने तपश्चर्या केली. शिक्षण घेतले असेल, विचार केला असेल. तो आता एक महान ऋषी म्हणून ओळखला जाऊ लागला. इतरेचा पुत्र म्हणून त्याला ऐतरेय म्हणू लागले.

या ऐतरेयाने विचार करून काही लेखनही केले. त्याकाळी समाजात लवचिकता होती. ऐतरेयाने आपली बुद्धी, आपले शील यांच्या जोरावर समाजात स्थान निर्माण केले. एक आचार्यकुलही चालवले असावे. ऐतरेय आरण्यकातील चौथा, पाचवा व सहावा अध्याय एकत्रित करून त्याला ऐतरेय उपनिषद हे नाव मिळाले. प्रमुख दश उपनिषदात या उपनिषदाचा समावेश आहे.

त्याने 'इंद' हे, म्हणून दाखवता येण्याजोगे जग निर्माण होण्याआधी एकटा आत्मा (परमात्मा, परब्रह्म)च होता. दुसरे काहीही वा कुणीही नव्हते. 'इंदम् अग्रे एकः आत्मा एव आसीत् । न अन्यत् किंचन मिषत्।' (दृश्य जग निर्माण होण्यापूर्वी फक्त आत्माच होता. अन्य कुणीही हलत चालत नव्हते.) असे सांगून त्या एका आत्म्यातून सर्व जग कसे निर्माण झाले हे सविस्तर समजावले आहे. ब्रह्माचे स्वरूप समजावताना 'प्रज्ञानं ब्रह्म' ज्ञत्व म्हणजे ब्रह्म. याच्या मध्ये सर्व जग निर्माण करण्यासाठी विचारपूर्वक सर्व आराखडा निर्माण करून त्याप्रमाणे कार्य करण्याची, सर्वांवर लक्ष ठेवून कार्य योग्य रीतीने करवून घेण्याची क्षमता आहे. म्हणजेच तो ज्ञस्वरूप आहे. हे त्याने लोकांना उलगडून दाखवले.

प्रत्येक वेदाचे एक महावाक्य मानले जाते. ऋग्वेदाचे महावाक्य हे या ऐतरेयाचे 'प्रज्ञानं ब्रह्म' हे आहे.

त्यावेळच्या प्रगत व प्रगल्भ समाजाचे हे फळ आहे. ऐतरेय उपनिषदाला, ऐतरेय उपनिषदांत मांडलेल्या विचारांना मान्यता प्राप्त आहे. हे विचार इतरेच्या मुलाने मांडले म्हणून समाजाने नाकारले नाहीत. ती इतरा होती व हा तिचा पुत्र- समाजाच्या दृष्टीने अनौरस पुत्र होता. पण समाजाने त्याला बहुमान दिला आहे. ''ऋषीचे कुळ नाही त्याचे ज्ञान पहावे.'' ही प्रगल्भ दृष्टी समाजामध्ये होती.

अशा पुत्राला या इतरेने जन्म दिला, त्याला तिने घडवले. तिच्याकडे ज्ञान नसेल पण पुत्राला तिने ज्ञानप्राप्तीसाठी प्रोत्साहन केले. त्याला समाजात एवढा मान मिळालेला पाहून तिला धन्य वाटत असेल.

प्राचीन चरित्रकोशात श्री सिद्धेश्वरशास्त्री चित्राव लिहितात. हारित ऋषींच्या वंशात मांडूलि ऋषींच्या इतरा नावाच्या स्त्रीचा हा पुत्र. आईकडून प्रेरणा घेऊन त्याने ज्ञान प्राप्त केले व तो विद्वान म्हणून मान्यता पावला. असा ऐतरेय आरण्यकात उल्लेख आहे. त्यांनी ती धर्मपत्नी नसल्याचा उल्लेख केलेला नाही, पण लोककथेत ती ठेवलेली बाई मानली गेली आहे.

दुसरी ही जबाला. लोकांची सेवा करणारी स्त्री. ती दासी होती, की वेश्या होती माहीत नाही; पण लोकांची सेवा करताना तिला पुत्र झाला. ती काबाडकष्ट करून आपल्या मुलाला सांभाळत होती. या मुलाला शिकण्याची खूप इच्छा होती.

एक दिवस तो आईजवळ गेला व म्हणाला, ''आई, मला खूप शिकायचे आहे. मी एखाद्या गुरूकुलात जाऊन राहतो. तिथे गेल्यावर ते मला पहिला प्रश्न विचारतील, 'बाळा, तू कुणाचा मुलगा? तुझे गोत्र कोणते?' त्यावेळी मी त्यांना काय सांगू? माझ्या वडिलांचे नाव काय? गोत्र काय?''

आईला काय बोलावे कळेना. ती म्हणाली, ''बाळा, लोकांची सेवा करताना मला तुझी प्राप्ती झाली. तू कुणाचा मुलगा आहे, मला माहीत नाही. त्यामुळे तुझे गोत्र कोणते, हेही मला माहीत नाही. मी जबाला तू माझा पुत्र जाबाल.''

ठीक आहे. म्हणून मुलगा चालू लागला. गौतम कुलोत्पन्न हारितद्रुमांच्या गुरूकुलात तो गेला. त्यांना प्रणाम करून म्हणाला, ''गुरुदेव, मी आपल्या गुरुकुलात ब्रह्मचारी म्हणून राहू इच्छितो. आपल्याकडून ज्ञान प्राप्त करावे असे मला वाटते.''

त्यांनी प्रेमाने विचारले, ''बाळ, तुझे नाव काय? तुझ्या पित्याचे नाव काय? तू कुठल्या गोत्राचा आहेस?''

तो म्हणाला, ''गुरुदेव, मला माझ्या वडिलांचे नाव माहीत नाही. माझे गोत्र माहीत नाही. माझ्या आईला विचारले, पण तिलाही ते माहीत नाही. तिचे नाव जबाला मी जाबाल.''

गुरुदेव हसले व म्हणाले, ''बाळा, तुझ्यात खरे बोलण्याची हिंमत आहे. ब्राह्मण निर्भय असतो. तू ब्राह्मणपुत्र असावास. ठीक आहे. गुरूकुलात येण्यापूर्वी मुलावर उपनयन संस्कार व्हावा लागतो. त्याला गायत्री मंत्र माहीत असावा लागतो. त्याने संध्यावंदन केलेले असावे. काही हरकत नाही. मी तुझा उपनयन संस्कार करीन. आजपासून तुझे नाव सत्यकाम. सत्यकाम जाबाल.''

पुढे गुरू त्याला ४०० हडकुळ्या गाई देऊन म्हणाले, ''बाळा, या गायींना घेऊन गवत असेल तिथे जा. त्यांची छान सेवा कर. देखभाल कर व त्यांची संख्या हजार झाली की परत ये.''

मुलगा काहीही प्रश्न न करता गायी घेऊन गेला. गवताळ जागा, पाण्याची सोय करत मुक्काम करी. गायींची सेवा करी. काही वर्षं गेली. गायी हजाराहून अधिक झाल्या तेव्हा खिल्लारातील एका बैलाने त्याला याची जाणीव करून दिली व त्याला ब्रह्माचे एक स्वरूप सांगितले. तो गायी घेऊन गुरूगृही निघाला. वाटेत अग्नी, हंस व पाणकोंबडा त्याला ब्रह्माचे ज्ञान देतात.

तेजस्वी, धष्टपुष्ट सत्यकाम हजार गायी घेऊन गुरूंच्या आश्रमात परतला. गुरुंनी त्याला पुढे आत्मज्ञान करून दिले. सत्यकाम जाबाल मोठा विद्वान व विचारवंत झाला. पुढे त्याने आपले आचार्यकुल चालवले, शिष्य घडवले. ज्ञानाची परंपरा चालू ठेवली. सत्यकाम जाबालाला समाजात खूप मानाचे व प्रतिष्ठेचे स्थान प्राप्त झाले.

ही गोष्ट छांदोग्य उपनिषदातील चौथ्या अध्यायात आली आहे. पुन्हा तेच. ऋषीचे कुळ नाही त्याचे ज्ञान पाहावयाचे. ज्ञानाला महत्त्व देणारा, समाज स्वास्थ्यासाठी नियम-नीती नियम आवश्यक आहेत. पण नियमांपेक्षा माणूस मोठा असतो, हे त्यावेळचा समाज समजत होता. इतका तो प्रगल्भ होता. एखाद्याच्या जन्मावरून तुमची हेटाळणी होत नव्हती. ज्ञान, निष्ठा, शील महत्त्वाचे होते.

हा संदेश जगाला देणाऱ्या या इतरा व जबाला!

⌘

लेखिकेचा परिचय

डॉ. अंशुमती दुनाखे

जन्म : २९ एप्रिल १९३६

शिक्षण : पीएच.डी. (हिंदी), एम. ए. (इंग्लिश), साहित्यरत्न (हिंदी), साहित्य विशारद (मराठी), संस्कृत - टिळक महाराष्ट्र विद्यापीठाच्या तीन परीक्षा, बंगाली परिचय परीक्षा

विशेष : पुणे विद्यापीठात बी.ए. ला मराठी व हिंदीत प्रथम, साहित्यरत्न : महाराष्ट्रात प्रथम, साहित्य विशारद : सर्व केंद्रांत प्रथम, बंगाली परीक्षा - सर्व केंद्रात द्वितीय

नोकरी : सेवानिवृत्त उपनिदेशक - पश्चिम, हिंदी शिक्षण योजना गृह मंत्रालय, भारत सरकार. त्याआधी पश्चिम रेल्वे मंत्रालय, भारत सरकार

लेखन : काव्यसंग्रह : *पारिजातक, मी फुलले*

ग्रंथ : *ज्ञानेश्वर माऊलींचा हरिपाठ, रामनामावली, उपनिषदांतील गोष्टी, ज्ञानेश्वरांची गुरुवंदने, ईश, केन, प्रश्न, कठ, मुण्डूक, माण्डूक्य, ऐतरेय, तैत्तिरीय, श्वेताश्वतर, छांदोग्य व बृहदारण्यक* (प्रकाशनाच्या वाटेवर) उपनिषदांवरील पुस्तके प्रकाशित

हिंदी अध्यापनविषयक दोन पुस्तकांचे सहलेखन. भारतीय शिक्षण संस्था व पुणे विद्यापीठासाठी पुस्तकांचे लेखन व संपादन. मासिकांतून व ग्रंथांतून स्फुट लेखन.

अनुवाद : श्री. पुरुषोत्तमशास्त्री फडके लिखित *सुबोध उपनिषत्सार* आचार्य किशोरजी व्यास लिखित *राजयोग* व *योगवासिष्ठावरील प्रवचने,* आदित्य प्रतिष्ठान प्रकाशित *भक्तिकोश*
भागवत सर्वस्व अखंडानंदांच्या प्रवचनांचा अनुवाद
डॉ. चित्रा नाईक यांनी *युनो*मध्ये वाचलेल्या नऊ शोध-निबंधांचे अनुवाद. अनेक कार्यशाळा, रिपोर्ट, कादंबरी, कथा आदींचे अनुवाद

पुरस्कार :

१) परमहंस स्वच्छंदानंद सेवा प्रतिष्ठान, पुणेकडून सन्मानित
२) पिंपरी-चिंचवड जैन महासंघाकडून महावीर जयंतीनिमित्त शिक्षणविषयक कार्याबद्दल 'अहिंसा पुरस्कार'– एप्रिल २००९
३) भारत सरकारकडून चांगल्या कामाबद्दल तीन वेळा रोख पुरस्कार
४) कवितांसाठी स. प. महाविद्यालय व दूरदर्शनकडून पुरस्कार

उल्लेखनीय :

१) अकरा प्रमुख उपनिषदांचे अध्ययन व अध्यापन
२) ज्ञानेश्वरी, एकनाथी भागवत, दासबोध, विवेकचूडामणि, पंचदशी आदींचे निरूपण
३) सूरदास, रसखान, कबीर, बहिणाबाई, मैथिलीशरण गुप्त आदींवरील अनेक कार्यक्रम
४) पुणे विद्यापीठ अभ्यास मंडळाच्या भूतपूर्व सभासद.
५) आकाशवाणी पुणे केंद्र व कोल्हापूर केंद्रावरून हिंदी भाषा अध्यापनाबद्दल अनेक कार्यक्रमांचे लेखन, दिग्दर्शन व सहभाग, चर्चा, भाषण आदी.

⌘

प्रतिसाद

'ऋषी परंपरा' या पुस्तकाचे मुखपृष्ठ बघताच लक्षात येते, ती परमपूज्य ऋषींची परंपरा. शतकानुशतके ऋषींकडून पुढील पिढीला ज्ञानामृत दिले गेले. त्यांनी ते पचवले, आचरणात आणले आणि पुढील पिढीला देऊ केले. तेच आज एकविसाव्या शतकात घडले आहे. डॉ. अंशुमती अरविंद दुनाखे यांनी या पुस्तकाद्वारे आपल्याला ऋषीमुनींचे विचार, संस्कृती, धारणा, उपदेश, कार्य असा सर्वतोपरी परिचय करून दिला आहे. यापैकी काही ऋषींची तर फक्त नावेच ऐकिवात होती. परंतु, त्यांची तपस्या, त्यांनी निर्मिलेली ग्रंथसंपदा, काहीच ज्ञात नसावे आपल्याला, हे केवढे अज्ञान आमचे! प्रत्येक ऋषीचा सखोल अभ्यास करून लेखिकेने त्यांनी अल्पांशाने ओळख आपणास करून दिली आहे. स्वत:मध्ये अल्पांश ऋषीतत्त्व असलेल्या सात्विक व्यक्तीलाच हे शक्य आहे.

ऋषी परंपरा हे पुस्तक अभ्यासूंना मार्गदर्शक तर आहेच, पण सामान्य लोकांना ऋषी संस्कृतीची जाण करून देणारे आहे. यातील सर्व ऋषींची ओळख करून घेतल्यावर मला जाणवले, ते असे, की अशी पुस्तके प्रत्येकाने जितक्या लवकर वाचता येतील, तितकी वाचावीत. सुसंस्कृत, समृद्ध व्यक्तिमत्त्वासाठी त्याची आवश्यकता आहे. आपला खजिनाच इतका श्रीमंत आहे, की प्रत्येकाने डोकवायला हवेच त्यात. ही काळाची गरज आहे.

- वंदना धर्माधिकारी

* 9 7 8 9 3 8 4 3 1 6 7 8 5 *

FCW - #0136 - 061026 - C0 - 216/140/9 - PB - 9789384316785 - Matt Lamination